यशार्थ

पार्थ

Made with ♥ on the Notion Press Platform
www.notionpress.com

हा काव्यसंग्रह मी माझ्या आईच्या चरणी आणि

श्रीस्वामी समर्थांच्या चरणी अर्पण करतो.

अनुक्रमणिका

अनुक्रमणिका

अनुक्रमणिका

अनुक्रमणिका

अनुक्रमणिका

अनुक्रमणिका

अनुक्रमणिका

अनुक्रमणिका

अनुक्रमणिका

प्रस्तावना

'यशार्थ' मुळात हे नावच आपल्याला यशाचा खरा अर्थ जाणवून देणारं आहे. कवी पार्थ यांनी आपल्या काव्यसंग्रहातून वाचक आणि कवी यांच्यातला स्नेहबंध छान गुंफला आहे. कवी पार्थ यांनी आपल्या कवितेतून भक्तीभाव, प्रेमभाव, विरहभाव , वीरश्री अशा अनेक भावभावनांची सुरेख शब्दात उधळण केलेली आहे. वाचकांना वाचनानुभूतीचा आनंद समाधी अवस्थेत कसा घेऊन जातो याची जाणीव होण्यासाठी हा काव्यसंग्रह वाचणे पुरेसे होईल असं मला वाटते.

पौराणिक कविता वाचताना त्यांच्या ठायी असलेला श्रद्‌धाभाव त्यांच्या कवितेत उमटलेला जाणवतो. भक्ती रसात न्हाऊन निघत असतानाच वाचक कृष्णकिनाऱ्याजवळ कधी येऊन पोहचतो हे त्यालाच कळत नाही.

हाती घेऊन सुदर्शनचक्र
शत्रूवर टाकतो नजर वक्र
पुन्हा बासरी पकडावी वाटते
राधा तुझी खूप आठवण येते

ही कविता वाचताना तर डोळे पाणावल्याशिवाय राहतच नाही. पौराणिक कवितेच्या हिरवळीवरून चालता चालता आपण प्रेमकाव्याच्या राज्यात येऊन पोहचतो.

खूप काही सांगून जातात
आठवणी का गं छळतात

प्रेम काव्यासोबत विरहाच्या कवितेचा दाहही वाचकांना पोहचल्याशिवाय राहत नाही. प्रेमकाव्यात फेरफटका मारत असताना ऐतिहासिक कवितेचा परिमळ आपल्याला अनुभवायला

मिळतो.

आम्ही जिजाऊच्या लेकी
भय कैसे आमच्या डोळी

ही कविता वाचताना तर प्रत्येक स्त्रीच्या अंगी स्फूरण चढल्याशिवाय राहत नाही. कवी पार्थ यांची प्रत्येक कविता वेगळी, विषय वेगळा, आशय वेगळा अनुभूती वेगळी.. त्यामुळे वाचताना कुठेही कविता कंटाळवाणी होत नाही. जवळपास दीडशे कवितांचा हा काव्यसंग्रह वाचकांना मंत्रमुग्ध केल्याशिवाय राहत नाही.

कवी पार्थ यांच्या यशार्थ या कवितासंग्रहातील कविता वाचकांच्या काळजाला भिडेल आणि कवितेकडे पाहण्याचा दृष्टिकोन व्यापक. आपल्याला अंतर्मुख करतील बनवेल यात शंकाच नाही. कवी पार्थ यांना पुढील लिखाणास, साहित्यिक वाटचालीसाठी खूप खूप शुभेच्छा..

- लेखिका निशा थोरे (अनुप्रिया)

मनोगत

कविता म्हणजे कमीत कमी शब्दात जास्तीत जास्त विचार वाचकांपर्यंत पोहोचवणे. आसवांच्या शाईने हृदयाच्या कागदावर मनाचा काहूर टिपता आला याहून मोठे भाग्य नाही. मनाच्या गाभाऱ्यात माजलेल्या असंख्य भावनिक वादळाला शांत करण्याचे सामर्थ्य काव्यलेखनात असते. काव्ये हृदयाला हात घालतात. काव्ये नेत्रातून आसवे काढतात. काव्ये भावनांना मोकळी वाट मिळवून देतात. काव्ये शब्दांचा रुबाब वाढवतात. काव्ये प्रसंग डोळ्यासमोर उभे करतात. काव्ये रडवतात , हसवतात , पाठीवर शाबासकीचा हात ठेवतात.

पहिला काव्यसंग्रह " प्यार का नगमा " जेव्हा प्रकाशित झाला तेव्हा त्यात 50 च्या आसपास कविता होत्या. यावेळी 150 हुन अधिक म्हणजेच तीनपट अधिक कविता जमा झाल्या. ही लेखणीला आलेली समृद्धी वाचकांच्या प्रेमाशिवाय कधीच शक्य नव्हती. वाचकांनी माझ्या काव्यात त्यांच्या जीवनातले क्षण पाहिले हे माझे भाग्य. हा काव्यसंग्रह नुसता काव्यसंग्रह नसून तो कितीतरी आठवणींचा संग्रह आहे. प्रतिलिपीवर , फेसबुकवर आणि ईरा ब्लॉगवर विविध कथामालिका लिहिताना कथेतील काही प्रसंगांना अधिक जिवंत करण्यासाठी मी कविता लिहिल्या. वाचकांना त्या कविता प्रचंड आवडल्या. वाचकांची त्या भूमिकेशी नाळ जुळली. त्यामुळे या काव्यसंग्रहात असलेल्या बऱ्याच कविता कथेसाठी लिहिल्या गेल्या आहेत. आजूबाजूला घडणाऱ्या घटनांनाही अनुसरून लिहिलेल्या कविता आहेत.

पहिल्यांदाच कवितांची विभागणी विविध श्रेणीत करण्याचे धाडस करत आहे. वाचकांना विविध श्रेणीच्या कविता वाचता

याव्या हा त्यामागचा हेतू आहे. प्रतिलिपी , ईरा , फेसबुक या प्लॅटफॉर्मवर मिळालेल्या असंख्य लेखकांचे आभार मानतो. त्यांच्या मार्गदर्शनामुळेच माझ्या लेखणीला नवी दिशा मिळाली. वाचक मायबाप यांचे उपकार कधीही न फिटणारे आहेत. त्यांच्या कौतुकाची थाप पाठीवर नसती तर कधीच कवितांचा इतका मोठा आकडा गाठता आला नसता. या काव्यसंग्रहावर माझ्याइतकाच प्रत्येक वाचकाचा अधिकार आहे.

शेवटी इतकेच म्हणेल की ईश्वरी इच्छा बलवत्तर. कधी कोणते साहित्य घडेल हा वर बसलेला ठरवतो. आपण केवळ निमित्तमात्र. श्रीस्वामी समर्थांच्या इच्छेनेच हा सुंदर योग जुळून आला आहे. हा काव्यसंग्रह कसा वाटला " parthdhavan4@gmail.com " या ईमेलवर नक्की कळवा.

तुम्हाला हा " यशार्थ " काव्यसंग्रह नक्की आवडेल अशी आशा वाटते. बहुत काय लिहिणे , लोभ असावा.

- पार्थ

1. पौराणिक कथा

पौराणिक कथा हा लहानपणीपासूनचा आवडीचा विषय. लहानपणी जेव्हा रामायण , महाभारतामधल्या गोष्टी ऐकायचो तेव्हा त्याकाळच्या विश्वाचे खूप आकर्षण वाटायचे. टीव्हीवर पौराणिक कथेवर आधारित बऱ्याच मालिका प्रदर्शित व्हायच्या. एक अनामिक ओढ त्या विषयाकडे होती. पण थोडी समज आल्यावर पौराणिक कथांकडे बघण्याचा एक वेगळाच दृष्टिकोन निर्माण झाला. पौराणिक कथांमधील पात्रे सामान्य माणसांप्रमाणेच तरीही असामान्य इच्छाशक्तीने संकटांना तोंड देणारी वाटली. मग एक आपुलकी त्यांच्याप्रती निर्माण झाली. मनात आदर निर्माण झाला. समुद्रमंथनात निघालेल्या अमृतासाठी भांडण करणारे देवतादानव पुष्कळ , पण हलाहल विष ग्रहण करणारा महादेव मात्र एकच. महाभारतातील व्यक्तीमत्वे तर काय वर्णावी ? ते महाकाव्य ज्ञानाचे कधी न संपणारे जंगलच वाटते. असो. पहिला काव्यसंग्रहात महादेवावर आधारित " शिवमाहात्म्य " कवितेने सुरुवात केली होती. या काव्यसंग्रहाची सुरुवात " गौरीमाहात्म्य " या कवितेने केली आहे. देवी द्रौपदी , राधा-कृष्णाच्या प्रेमावर आधारित कवितादेखील आहेत. वाचकांना जरूर आवडतील. मी स्वतः धार्मिक असल्याने ही काव्ये माझ्या भक्तीची प्रतिकेच समजावी.

गौरीमाहात्म्य

हिमपुत्री शिवाची अर्धांगिनी
शक्ती नांदे तुज पावन चरणी
प्रेम देई विश्वाला मातेसमान
रुद्रासंगे कैलाशी विराजमान
दक्षायनी तुझाच असे अवतार
पतीसाठी होई अग्नीवर स्वार
विश्वे शक्तीपीठाचा साक्षात्कार
संपवे महादेव दक्षाचा अहंकार
गणेश कार्तिकेय अशोकसुंदरी
तुझे अंश ते तुजियाच छायेपरी
नंदी इतर गण तुला ते संतानपरी
शिवकुटूंब घडवणारी तू अवतारी
विश्वाची जननी तूच शिवाची अर्धांगिनी
हालाहाल रुद्र पितात तू कंठी हात ठेवी

पती महादेवाच्या वेदना पत्नी करे कमी
पतिपत्नीचा उच्च आदर्श नसे असा जगी
भय वाढे विश्वात दैत्य महिषासुराचे
अहंकारी गृहीत धरे बळ स्त्रीजातीचे
भयग्रस्त देव देवता ते तुझ्याकडे धावे
आईविन कोण वाचवे लेकरा ते विचारे
नारीजाती तुच्छ नाही दाखवायचे होते
धर्मासाठी तुला जगदंबा व्हायचेच होते
बनुनि दुर्गा माता जगदंबा बसे शेरावरी
नऊ दिवस युद्ध छेडे महिषासुरविरोधी
देवी जगदंबेचे ते रौद्र रूप काय वर्णावे
तीर तलवार गदा धनुष चक्र शंख शोभे
वध करणारी दैत्याचा महिषासुरवर्धिनी
संदेश तो विश्वाला काय असे नारीशक्ती
रक्तबीजला वरदान असे जगावेगळे

जिथे रक्त सांडे तिथे नव्याने निपजे

बनुनी भद्रकाली झेलली थेंबे जिभे

शांत कराया तुज रुद्र होई ते आडवे

साऱ्या ग्रहनक्षत्रांची तू गती

तूच आहेस शक्ती कुंडलिनी

नमन करतो तुज आदिशक्ती

स्वीकारावी काव्यरुपी भक्ती !

देवीद्रौपदीमाहात्म्य

जय देवी जय देवी जय देवी द्रौपदी

नमन तुजला राहावी कृपा पदोपदी

जनकास जानकी दक्षास दक्षायनी

द्वारपारयुगी शोभे धृपदास द्रौपदी

यज्ञातुनी उत्पन्न ती याज्ञसेनी धृपदनंदिनी

अग्निसम तेज मुखी संघर्ष मोठा जीवनी

भ्राता दुष्टदुमन सखा श्रीकृष्ण तो शोभती

धन्यधन्य भाग्य कांपिल्यनगरीचे उजळती

अपार करुणा हृदयी स्वाभिमानही नेत्री

शिखंडीनीदुष्टदुमनसंगे राहे पांचालक्षेत्री

सर्व विद्याकलांनी परिपूर्ण अशी ती नारी

कल्याणास्त्व आर्यवर्ता प्रकटे तारणहारी

अद्वितीय कन्येसाठी पित्याने स्वयंवर रचले

सुतपुत्र म्हणुनी सभेत राधेयला ते नाकारले

पार्थने भेदले मत्स्यनयन जिंकले स्वयंवर
कुंतीआदेशाने त्या मिळाले पाच तुज वर
एक स्त्रीप्रेम पाचजणात वाटले गेले
पांडवांना एकाच सुत्रात तिने बांधले
समाजातील निंदेचे विष हसत पिले
त्याग तिचा लोकांना कधी न कळले
विवाह करुनि आली राणी हस्तिनापुरात
पांडवांस राज्य करा म्हणे खांडवप्रस्थात
रुक्ष भूमीतही फुले तव भाग्याने नंदनवन
राजसूय होऊनि येई समृद्धी सामर्थ्य धन
श्रीकृष्णाचे बोट अनावधानाने गेले कापले
पाहुनी रक्त भावाचे भरजरी वस्त्र ते फाडले
बांधिले वस्त्र रोखिले वाहते रक्त आपुलकीने
नाते नव्हते रक्ताचे तरी जोडले नाते हृदयाचे
कुरुवंशाची कुलवधू आर्यवर्तची सम्राग्नी

द्वेषभाव जळीले कित्येक खलांच्या मनी
जाहिले षडयंत्र डावावर लागली मालिनी
दुशासन खेचे सभेत पवित्रकेसची ओढुनि
केले प्रश्न विचारला सर्वाना तिने जाब
मौन द्रोणभीष्मकृप काही न होई लाभ
पूज्य महामहीमचे नेत्रे बनली अश्रूस्रोत
धर्मच असतो का स्त्रीदुःखाचे मूळस्रोत ?
हतबल पांडव पाहुनी ओढले गेले वस्त्र
मौन सारे महारथी मौन त्यांचे ते अस्त्र
श्रीकृष्ण सखा एकनिष्ठ आला धावुनी
वस्त्रे दिली अमर्याद स्त्रीअब्रू ते राखुनी
घेई प्रतिज्ञा भरसभेत मोकळ्या केसांची
बीजे रोवली गेली तिथे कौरवविनाशाची
होई वनवास परतफेड पांडवांच्या धर्माची
ओलांडली मर्यादा कौरवांच्या पापकर्माची

दुष्ट जयद्रथची नजरही पडली वनवासात
दंड भेटला तया होई अहंकारावर आघात
एक वर्ष ठरला घालवायचा अज्ञातवासात
दासी सैरंध्री बनुनी राही सुदेष्णामहालात
मत्स्यसेनापती किचकची वासना उफाळे
मानूनि सैरंध्रीस अबला टाकिले क्रूर जाळे
भीमने केला वध राखला पत्नीचा सम्मान
मत्स्यदेशी तुटली पापाची वेल विषसमान
संपला अज्ञातवास सजले ते कुरुक्षेत्री रण
धर्माच्या पुनर्स्थापना करणारा आला क्षण
मौन होऊन ज्यांनी पाहिला सभेत अपमान
एकएक करत सर्वांनीच केले स्वर्गी प्रस्थान
प्रेतांचे ढीग उभे राहिले वाहू लागली रक्तनदी
फोडली गेली दुशासनछाती समोर ती द्रौपदी
धुतले मोकळे केस दुशासनाच्या त्या रक्ताने

झाला पापाचा क्रूर अंत खलाच्या आरवाने
फोडली गेली मांडी जी आपटली होती सभेत
संपले युद्ध संपला कौरववंश दुर्योधनसमवेत
पण अजूनही बाकी होता त्याग तो मातृत्वाचा
बळी घेई अश्वत्थामा त्या निद्रिस्त उपपांडवांचा
द्यूत खेळणारे पुरुष पत्नीस हरणारेही पुरुष
स्त्रीला खेचणारे पुरुष वस्त्र ओढणारे पुरुष
पाच गाव द्यायला नाकारणारेही ते पुरुष
रणांगणी शस्त्र घेऊनि रक्त सांडणारे पुरुष
सर्वकाही पुरुषांनी जर स्वतःहूनि केले
मग दोष युद्धाचा का तुज माथी लावले ?
गौरवली गेलीच ना भीष्माची ती प्रतिज्ञा
मग का तिच्या मोकळ्या केसांची निंदा ?
नारीजातीच्या न्यायासाठी ती बनली कठोर
युद्धकाळी होता तिच्याही जीवास मोठा घोर

लोकांनी जाणावे स्त्रीअत्याचाराचे परिणाम
म्हणुन बनली निष्ठुर हाती घेतले पुण्यकाम
सुतपुत्र म्हणुनी हिनवले होते कितीजणांनी
फक्त तिचेच का चारित्र्यहनन वेश्या बोलुनी
त्रेतायुगी जे वैदेहीचे कार्य तैसेच कार्य तिचे
प्रेरणा युगायुगास ऐसे थोर चारित्र्य देवीचे !

राधा तुझी खूप आठवण येते

हाती घेतो मी सुदर्शनचक्र

शत्रूंवर टाकतो नजर वक्र

पुन्हा बासरी पकडावी वाटते

राधा तुझी खूप आठवण येते

माजतो सर्वत्र जेव्हा हाहाकार

करतो अधर्मी दुष्टांचा मी संहार

कुरुक्षेत्री जेव्हा रक्त ते सांडते

राधा तुझी खूप आठवण येते

भाऊ भावावर शस्त्र उगारतो

सत्तेपायी धर्म विसरला जातो

वासनेपायी स्त्रीचे हरण होते

राधा तुझी खूप आठवण येते

राधा तू किती होतीस ग भोळी

कसलेच कपट नसे त्या गोकुळी

चोरून दही पुन्हा खावे वाटते
राधा तुझी खूप आठवण येते
राधे हे जग आहे खूपच स्वार्थी
सत्तेपायी लोक बनली आंधळी
ऐकता आक्रोश सर्व पतितांचे
राधा तुझी खूप आठवण येते !

एकदा

एकदा राधेला आठवण आली कृष्णाची
नेत्रांतून मग सुरुवात झाली आसवांची
पण कशी धरावी वाट कठीण द्‌वारकेची
अडचण अजून एक होती घरसंसाराची
दुःख विरहाचे वाटताही येईना कोणासंग
एकांतीच होई मन्मयी कृष्णप्रेमरंगात दंग
मग वाऱ्यासोबतच तिने केला सुंदर तह
तूच भेट श्यामला देऊनि विरहाला शह
दे माझ्या कान्हाला घट्ट असे आलिंगन
सांग तुजविण बैचेन राधिकाचे हे मन
एकदा कर हळूच ते पावन चरणस्पर्श
डोळे भरुनी साठव मुखावरचे ते हर्ष
जमले तर आणशील चोरून मोरपंख
जपून ये कान्हा मधुरवाणीने मारे डंख

झोपला असेल का राजगादीवर निवांत

की गुंतलेला कुण्या मोठ्या धर्मयुध्दात

वाजवत असेल का आजही बासरी

की धर्मरक्षणार्थ सुदर्शन ते हातावरी

ये म्हणावे त्याला कधीतरी भेटायला

गोपी त्या किती आतुर तया बघायला

खूप प्रेम दे त्याला आमच्याकडून

परत ये बर खुशाली ती विचारून

मी पाहणार तुझी इथेच बसून वाट

संपव क्रूर विरह होऊ दे प्रेमपहाट !

कौशल्यानंदन वनवासाला निघाले

सुखाला आमच्या ग्रहण लागले
कोणते जुने पाप आडवे ते आले
भूपदशरथाचे पुत्र युवराज आमुचे
कौशल्यानंदन वनवासाला निघाले

सोबत युवराज सौमित्र देवी वैदेही
सजल झाली नेत्रे भावुक होई नगरी
दुःखाचा डोंगर कोसळला या प्रहरी
कसे सावरावे स्वतःस निघे दूर हरी

कालपर्यंत उत्सुकता ती राज्याभिषेकाची
आम्ही आनंदी स्वप्ने पाहुनी रामराज्याची
पण रातोरात काय अगतिक असे घडले
मुकूटाऐवजी मस्तकी जटा बांधले गेले

सुर्यासारखे तेजस्वी आमचे राजकुमार
निघाले वनाला होऊनि ते रथावर स्वार
जनकनंदिनी लक्ष्मीस्वरूपा देवी मैथिली
त्यागूनि राजवस्त्रे पतीस साथ दिली

सीताविन श्रीहीन आमची अयोध्या
जणू दुष्काळ पडे आटूनि जाई नद्या
आसवे इतके गळे जणू नवी शरयू वाहे

प्राणनाथ चालले आम्ही मूकपणे पाहे

अनाथ आम्ही प्रजाजन रघुनंदनविना
दर्शनाविना त्यांचे श्वासही घेता येईना
मायेचे छत्र नाहीसे झाले वाली तो गेला
साकेतनगरी शोकाकुल चुलही जळेना

वचन निभावूनि पित्याचे
युवराज आदर्श पुत्र बनले
जनमत नाकारले धर्म जाणले
कौशल्यानंदन वनवासाला निघाले !

त्याग देवीउर्मिलेचा

पुत्री पुण्यश्लोक राजा जनकाची
सुनयना माता बहीण ती सीतेची
देवी वैदेहीची जणू होती सावली
मिथिलेच्या संस्कारात ती वाढली

झाला विवाह सुमित्रानंदनाच्या संगे
रंगली मिथिलाकुमारी अवधेच्या रंगे
पती तो लक्ष्मण आदर्श भाऊ होता
याचा तिला अभिमान वाटत होता

नियतीचे चक्रे विरुद्ध दिशेने फिरली
कैकेयीने वनवासाची वचने मागितली
राघव सिया निघाले ते वनवासाला
सौमित्र म्हणे मीही येतो सोबतीला

पाहुनी त्याग देवीउर्मिला भावुक झाली
पतीने तर बंधूप्रेमाची सीमा ओलांडली
आर्य धन्य आहात तुम्ही धन्य हे समर्पण
माझेही जीवन तुमच्यासाठीच हो अर्पण

मीही येईन वनात करेल सेवा तुमची
वन परवडले शिक्षा नका हो विरहाची
वैदेहीताई जर वनवासाला येऊ शकते
मग मी का नाही?विश्वास मजवर ठेवणे

तरी नकार दिला सौमित्राने
वचन मागितले न रडण्याचे
सेवा कर इथे मातापित्याची
एवढा त्याग कर माझ्यासाठी

सर्वात मोठा त्याग उर्मिले तुझाच असेल
मला माहित असेल जरी संसार न जाणेल
तू जर संगे समर्पणाने सेवा न करता येणार
तुझी काळजी असेल लक्ष विचलित होणार

तू महालात राहिली तर मज चिंता नसेल
मी दादावहिनीची दिवसरात्र सेवा करेल
चौदा वर्षे बघ हसत हसत निघून जातील
विरहाच्या रुक्षभूमीवरी प्रेमश्रावणी पडतील

भाऊ म्हणून कितीही मी आदर्श
पती म्हणून मी कमी कुठेतरी पडतोय
सेवकधर्माचा अंगावरी घट्ट दर्प
उर्मिले आज सौमित्र तुझी माफी मागतोय

हसत हसत निरोप घेतला तिने पतीचा
हट्ट नाही धरिला सीतेसम तिने वनाचा
वनवासात लक्ष्मणास निद्रा छळू लागली
उर्मिलेच्या त्यागाची पुन्हा एकदा वेळ आली

चौदा वर्षे वनवासात लक्ष्मण जागी राहिला
निद्रेचा त्याग त्याला त्रासदायक न ठरीला

कारण अवधेत देवी उर्मिला निद्रेत होती
पतीच्या कर्तव्यात वाटा ती उचलत होती

संजीवनी घेऊन जाताना मारुती आले अवधेला
सांगितली परिस्थिती कसा बाण लागे सौमित्रला
ऐकुनी पतीची व्यथा खळखळून हसली उर्मिला
आश्चर्य वाटले हनुमानास कारण विचारे देवीला

साक्षात नारायणाच्या मांडीवर डोके टेकवले
आर्य लक्ष्मणाने तर मृत्यूसही नतमस्तक केले
ज्याची चिंता परमेश्वरास मग मी का घाबरू ?
पती माझे सर्वात सुरक्षित विनाकारण का रडू ?

परतले राम लक्ष्मण सीता वनवास भोगूनी
उघडली नेत्रे केले दर्शन ते पतीचे मनभरुनी
धन्य धन्य तो त्याग देवीउर्मिलेचा
चौदा वर्षे काळ कठीण विरहाचा

नागलक्ष्मीचा अवतार , शेषनागची संगिनी
महाभारतात निपजली बनूनि ती देवीरेवती
सीमेवरच्या सैनिकांच्या पत्नी उर्मिलाच भासतात
आजही कित्येक उर्मिला आजूबाजूला गवसतात

आपल्याहुनी जास्त बंधुस समर्पित पती
माहिती होते तिला तरी ईर्ष्या नव्हती मनी
बाधा न बनता कर्तव्यात मदतच तिने केली
आदर्श पत्नी ही सदैव उपेक्षितच राहिली !

नका दूर सारू मज श्रीरामा

नका दूर सारू मज श्रीरामा
येईल मीही वनवासी कामा
नाही हो बनणार तुम्हावर भार
तुमची सेवा हेच जीवनाचे सार

दोन देह आपुले एका प्राणाचे
जिथे राम तिथे पाऊले सीतेचे
रामविना बेचैन मन जानकीचे
निभावू द्यावे व्रत पत्नीधर्माचे

वनांचे ते काटे कोमल वाटतील
हिंसक पशू अहिंसक भासतील
भव्यदिव्य राजमहाल अवधेचा
भकास वाटेल भासेल जीवघेणा

सोबत जर असेल रघुनंदनाची
त्रास कसला अनुभूती स्वर्गाची
वनवासही हसत हसत संपेल
सौभाग्य हे पुन्हा कधी न मिळेल

माता सुमित्रा

धन्य धन्य ती माता सुमित्रा
पाठविले वनवासा सौमित्रा
शत्रुघ्नलक्ष्मण दोन पुत्र तिचे
सावली भासले राघवभरताचे

निर्मळ तिचे मन कपट नसे ह्दयी
काशीकन्या सल्लागार ती पतीची
राजपरिवार अडकला गृहकलही
त्यागले पुत्र कुटुंब अबाधित ठेवी

उपदेश केला तिने पुत्र सौमित्राला
राघव पिता माता मान जानकीला
राम विष्णूअवतार तिने जाणिले
सर्व पुत्रांना एकसमान प्रेम दिधले

प्रत्येक कुटुंबात अशी असावी नारी
कुटुंब जोडून ठेवणारी प्रेम वाटणारी
स्वार्थ कसलाच मनात न आणणारी
मानवयोनीत देवीसम पूज्य भासणारी !

आगमन गणरायाचे

शुभता पसरे त्याच्या आगमनाने
मन प्रसन्न होते केवळ स्मरणाने
पावन होईल घर पवित्र चरणाने
भक्तीझरा वाहणार तुज दर्शनाने

आदिशक्तीचा पुत्र तो बुद्धीची देवता
सुखाची फळे वाटतो असा दुःखहर्ता
गौरीनंदनामुळे शोभा वाढे कैलाशची
आस लागे नेत्रांस केवळ त्या रूपाची

मळ निघाले जीवनाचे केवळ नामजपाने
शिवपुत्रास प्रथम वंदिले अवघ्या विश्वाने
पाहुनि ते हास्य दुःख सर्व विसरले मनाने
उत्साह संचारला देही मोरयाच्या घोषाने

मंगलमय ऐसा देव क्वचित सापडे त्रैलोक्यात
भूतलावर स्वर्ग भासवितो आपुल्या वास्तवात
तेजोमूर्ती पाहुनी पांग सारे फिटले या नेत्रांचे
उपकार घरी येऊनि झाले सोने केले जीवनाचे !

धावून या स्वामी

जीवनात मी पूर्णपणे हरलो
स्वार्थी जगात एकटा पडलो
दगा दिला माझ्याच स्वकीयांनी
अश्रू किती गाळावी दोन नेत्रांनी

सर्वात मोठी जखम विश्वासघाताची
आप्तजनांनी केलेल्या फसवणूकीची
कसा सावरू स्वामी या धक्क्यातून
धावून या स्वामी सोडवा संकटातून

उडाला विश्वास आता माणुसकीवरचा
स्वामी फार क्रूर ठरला डाव नियतीचा
रडतोय मी दाट अंधारात चाचपडतोय
स्वामी लवकर या हाक किती मारतोय

झोप कशी लागत असेल पाप करुनि
सुख कैसे तळतळाट हृदयाचा घेऊनि ?
संपत्ती मातीमोल लक्ष्मीलाच रडवूनी
न्याय करा स्वामी मी तर गेलोय खचूनी

मी पापभिरू मज कळला नाही व्यवहार
चुकीच्या लोकांवर झालो उगाच मी उदार
स्वामी तुम्हीच बना आयुष्याचा तारणहार
सावरूनी भोळ्या भक्तास करा तुम्ही उध्दार !

मन्मयीचा कृष्णा

माधवाच्या आठवणीत वेडी झाली
तयाला शोधत गावभर ती फिरली
राधेचा श्याम तुम्हास गवसला का ?
मन्मयीचा कृष्णा कुठे दिसला का ?

वाजवुनी वेणू मोहित करायचा
तिचे हृदय नयनांनी जिंकायचा
रूप त्याचे ऐसे ईश्वर भासायचा
तिच्यासाठी तर जगच असायचा

मनमोहना केशव तुम्हास गवसला का ?
मन्मयीचा कृष्णा कुठे दिसला का ??

तयाच्या खांद्यावरी डोके टेकवुनी दुःख विरत
तयाच्या मुखात मातेला अवघे विश्वची दिसत
या गोकुळवृंदावनाचा तो जीव की प्राण होता
संस्कृतीच्या कंठातूनि फुटलेला प्रेमस्वर होता

कालीयामर्दक गिरीधर तुम्हास गवसला का ?
मन्मयीचा कृष्णा कुठे दिसला का ??

धावुनी ये कान्हा आता माझी कठीण अवस्था
तूच रक्षण कर माझे क्रूर जग दाखवे अनास्था
आसवे कोरडी पडली बसे खपल्या जखमांवरी
पुन्हा भूतकाळ समोर येई संपेना दुःखाच्या सरी

नको शोधू कृष्णास जगात तो लपलाय हृदयात
तो तर लहान बाळाच्या हास्यात आईच्या नेत्रात
कृष्णा तर आत्मिक बळ हात मायेचा पाठीवरचा
तो मित्र प्रत्येकाचा सारथी जीवनाच्या रथयात्रेचा

2. प्रेम कविता

" प्रेम " प्रत्येकाचा जिव्हाळ्याचा विषय. प्रेम कुणाला सुटत नाही. आयुष्याच्या कोणत्यातरी टप्प्यावर आपण एकदा तरी प्रेमात पडतोच. म्हणूनच कदाचित सर्वात जास्त कविता याच विषयावर आहेत. प्रेम म्हणले की विरह आला आणि खूपदा हृदयभंगही आला. त्यामुळे याच भागात विरहकवितादेखील समाविष्ट केल्या आहेत. वाचकांना या कविता ऐकून त्यांचे प्रेम आवडेल ही आशा करतो.

***

प्रेम

प्रेम नसे काही खाऊ जो वाटून संपतो
तो कितीही वाटला तरी वाढतच जातो
मुळात खरे प्रेम कधी कमी होत नाही
खरे प्रेम तर मनात कायम जिवंत राही
खऱ्या प्रेमात कधी नसतो स्वार्थ
त्यात तर साधला जातो परमार्थ
मनालाच समजे प्रेमाचा भावार्थ
हृदयच ऐके अंतरीची हाक आर्त
डोळे मिटताच तो चेहरा दिसतो
खास व्यक्ती हृदयात का वसतो
भावनिक कोडे सोडवत बसतो
प्रेमात माणूस इतराचा का होतो
काही प्रेम जगासमोर येत नाही
हृदयात जन्मूनि तिथेच ते राही

त्या प्रेमाला नाही भेटत मान्यता
कोमेजून जाते त्याची तिथेच लता
ओठांवर नसते नाव मुखी नसे भाव
उगाच करे सुखी असल्याचा बनाव
न दाखवूनही ते प्रेम असते शिल्लक
रात्रच बघे अश्रूंनी भिजलेली झलक !

काहूर

काहूर विचारांचे उठले कातरवेळी
जुन्या आठवणी नव्याने मज छळी
तेच काटेरी शब्द त्याच खोल जखमा
खपल्या निघे जुन्या बाळगेनाही तमा
वाहू लागले रक्त विचारू लागले प्रश्न
कोणासाठी केला अट्टहास व्यर्थ यत्न
किती निष्ठुर निघाले प्रेम ज्यावर केले
उरल्या फक्त आठवणी मने दुरावलेले
येतील का परत उडालेली ती पाखरे
की दुसरीकडे स्वतःचीच बांधले घरटे
आठवण नाही येत का त्यांना एकदाही
का पाझर फुटत नाही त्यांच्या मनासही
दिवस सरलाय वाट पाहतोय रात्रीची
धास्ती वाटते मला सांजेच्या वेळीची

कधीचा मावळला सूर्य तो नात्यांचा

उधळूनी रंगछटा ते आठवकिरणांचा !

कितीदा पुन्हा तेच घडावे

कितीदा पुन्हा तेच घडावे
तू समोर येता मन लाजावे
पाहुनी तुझे रूप गोजिरे ते
लेखणी काव्यफुले उमटावे
कितीदा पुन्हा तेच घडावे
तुज पाहता वसंत खुलावे
लोभस तुझे ते तसे वागणे
हृदयाला सतत वेड लावते
कितीदा पुन्हा तेच घडावे
मी तुझ्या प्रेमात ते पडावे
ऐकावे तुझे लाघवी बोलणे
तुझ्या विचारात बुडूनी जावे
कमी होईना प्रेमाचे फितुर
मुखचंद्रमासाठी मन आतुर

कितीदा पुन्हा प्रेमगीत अनुभवावे

सांग कितीदा पुन्हा तेच का घडावे ?

कुणी कितीही काहीही सांगेना

कुणी कितीही काहीही सांगेना

विसरू तुला कस मज कळेना

तुझ्या परतीची आशा न उरली

मनवेडे अजून तया आशा वाटी

तुझ्या द्वेषाला प्रेमाने देतो उत्तर

क्षणोक्षणी दरवळे प्रेमाचा अत्तर

बंद केली संवादाची सारी कवाडे

असा अबोला मज जीवघेणा वाटे

बोलून टाक तुझ्या मनातले संचित

मिटव गैरसमज टाकू नको वाळीत

किती करशील या मना तू विचलित

जळतोय आठवणींच्या त्या आगीत

कुणी कितीही काहीही सांगेना

तुझ्या प्रेमाचा नाद काही सुटेना

मनहृदयाचे या बुध्दीशी काही पटेना

तुजविण जीवनी काही राम वाटेना...

भाव तसे ते भलतेच

भाव तसे ते भलतेच

परके तरी जवळचेच

मरगळ सारी पुसणारे

आनंद मनी आणणारे

तिचा चेहरा तसा सुखावणारा

भूतकाळाचे ओझे उतरवनारा

तिचे ते हास्य गोड साखरेहून

आनंद देतो मज किती दुरून

रात्री स्वप्नीही मॅडम देतात दर्शन

कस मी करू त्या सौंदर्याचे वर्णन

देवाने वेळ काढून बनवले असावे

रूप बघाया नेत्रांचेही पुण्य असावे

भाग्यवान हे नेत्रे की ते रूप दिसले

भाग्य लेखणीचे काव्य त्यावर रचिले

आनंद देतात काहीजण निस्वार्थपणे

जीवन सोनेरी करतात परिसाप्रमाणे

भाव तसे ते भलतेच

शहाणे तरी ते वेडेच

जीवनबागेची फुलेच

न सुटणारे गोड पेच..

खूप काही सांगून जातात

खूप काही सांगून जातात

आठवणी का ग छळतात

सतत ते हृदयी डोकावतात

डोळे ओले करूनच जातात

खूप काही सांगून जातात

विचारांचा ते पूल बांधतात

भूतकाळात मज आणतात

जणू मनाचा अंत पाहतात

कधी ओठांवर हसू आणतात

गेलेले क्षण पुन्हा जगवतात

झुळूक बनूनि प्रसन्नता देतात

त्या खूप काही सांगून जातात

आठवणी जीवनाची कमाई असते

चांगलेवाईट ती शिकवणारी असते

किती जगलोय याची कबुली असते

भूतकाळाची संचित कमाईच असते

हळव्या हृदयाला काटेच टोचवतात

भावनांचा मनात त्या पूरच आणतात

अबोल असूनही खूप बोलून जातात

आठवणी खूप काही सांगून जातात..

प्रेम सर्वांच्याच नशिबी नसत

प्रेम सर्वांच्याच नशिबी नसत

ते कुठे सर्वांना गवसत असत

सर्वांना भेटत नाही मिठी ती

वाट पाहणे काहींच्या नशिबी

प्रेम सर्वांच्याच नशिबी नसत

सर्वांच्या भाळी ते सुख नसत

काहींच्या इच्छा इच्छाच राहतात

ह्रदयाचे सोबती ते अश्रूच उरतात

प्रेम सर्वांच्याच नशिबी नसत

जीवनी फक्त कोरडेपणा उरत

राहतो फक्त निष्ठुर एकटेपणा

बोथट झालेल्या सर्व संवेदना

प्रेम सर्वांच्याच नशिबी नसत

जीवनाचे चित्र ते बेरंग राहत

मृगजळाकडे मन झुरत राहते

हाती केविलवाणी निराशा उरते..

इतरांचे मन राखता राखता

इतरांचे मन राखता राखता

माझे मन गेले तुटून

इतरांसाठी जगता जगता

स्वतःसाठी जगायचे गेले राहून

तुला हसवता हसवता

माझेच हसू गेलो विसरून

तुझे सुख शोधता शोधता

स्वतःचे सुख टाकले मारून

जवळीक साधता साधता

झालो दूर तुझ्यापासून

तुला आपलं करता करता

आपलेपणाच गेला वाहून

तुझे प्रेम मिळवता मिळवता

मैत्री आपली गेली तुटून

तुझा अबोला मिटवता मिटवता

संवादच गेला निसटून..

जाणीव सतत रहावी

तू माझ्या जवळ असल्याची

मज दुरून बघत असल्याची

गालातल्या गाली हसण्याची

ती जाणीव सतत संगे रहावी

तू जरी मजपाशी नसलीस

तरी आहेत आठवणी खास

काव्यातून आपली भेट व्हावी

ती जाणीव सतत संगे रहावी

तुझा चेहरा आजही आठवतो

तुझा गोड स्वर आजही घुमतो

हर रात्र तुझ्या स्वप्नांनी सजावी

ती जाणीव सतत संगे रहावी

तुला मिळवू शकलो नाही मी तरी

प्रेम नाही अजून संपले तुझ्यापरी

मृत्यूनंतर स्वर्गी सुंदर भेट व्हावी
ती जाणीव सतत संगे रहावी
प्रेम मिळवण्यात मी पूर्णपणे हरलोय
जीवनी कितीदा मी एकटाच रडलोय
तरी चेहरी हास्य आणे तुझ्या आठवणी
ती जाणीव सतत संगे रहावी..

असा एक व्यक्ती

जीव ओवाळून टाकावा

असा एक व्यक्ती भेटावा

सुंदर अश्या चांद रातीला

हाती त्याचा हात असावा..

बघुनि त्याचा हसरा चेहरा

ताण दिवसाचा सारा जावा

बोलताना रात्रभर तया संगा

थकवा मज कधी न वाटावा

माझ्या मांडीवर निजवुनी तया

चंद्रपरी मुख तो पहात बसावा

आयुष्याची सारी संकटे झेलताना

फक्त खांद्यावर त्याचा हात असावा

कविता रचुनी शब्दकोश रिता करावा

मिठीत जाऊनि त्याच्या स्वर्ग भासावा

जीवन सोबत जगून प्रेमसीमा गाठावा

मिळो ज्यावरी जीव ओवाळून टाकावा

अंधारातले प्रेम

अंधारातले प्रेम अंधारातच राहिले

संवाद न होता स्पर्शच बोलू लागले

सर्वांसमोर मिठी मारता आली नाही

व्यक्त कराया मुखवटा फेकला नाही

अंधारातले प्रेम अंधारातच राहिले

डायरीच्या पानात ते कैद जाहिले

दोघांची कहाणी दोघातच राहिली

प्रेमास गुन्ह्याची का उपमा भेटली ?

अंधारातले प्रेम अंधारातच राहिले

समाजासमोर गुडघे त्याने टेकविले

वासनेच्या दलदलीत ते कुठे हरवले

माझे प्रेम मलाच का नाही गवसले ?

अंधारातले प्रेम अंधारातच राहिले

तुला अन मला लक्षातही न आले

का पारंब्यापरी जीवन नशिबी आले

शरीरे वेगळे होताना हृदय का रडले ?

अंधारातले प्रेम अंधारातच राहिले

एका रात्रीत ते मातीमोल जाहिले

समाजांच्या नजरेला इतके घाबरले

शापित माझे प्रेम तडफडतच मेले..

खूप काही बोलायचे होते

खूप काही बोलायचे होते
पण तुला ऐकायचे नव्हते
तुला समजून सांगायचे होते
तुलाच का समजायचे नव्हते
संवादाचा मार्ग अडवून ठेवला
अश्रूंचा बांध आपसूक फुटला
प्रेमावरचा तो विश्वास उडाला
नियतीने कसला सूड उगवला
नाते तोडण्यापूर्वी एकदा बोलायचे तर होते
मी किती हळवा आहे तुला ठाऊक नव्हते ?
नाते तुटले तरी आठवणी मात्र त्रास देतात
हृदयाच्या जखमा अचानक वर का येतात
कधीतरी आपल्यामधला हा अबोला संपेलही
तोपर्यंत भावना उरतील का प्रश्न मन विचारी

तू समोर आल्यावर शब्दच फुटले नाही तर
नाते पुन्हा जोडण्याची इच्छाच मरून गेली तर ?

अलिप्त जरा जगायच होतं

अलिप्त जरा जगायच होतं

तुझ्यापासून दूर जायचं होतं

तुला मनातून काढायचं होत

तुला कायम विसरायचं होत

पण तुला विसरू शकलो नाही

आठवणी मिटवू शकलो नाही

दूर जाऊनही तू जवळच भासली

काव्यरूपात कागदावर उमटली

तू नसशील म्हणून सगळीकडे फिरलो

तू ह्रदयातच राहते हे का मी विसरलो

मनाच्या पिंजऱ्यात तुला ठेवले कायमचे

पवित्र प्रेम तुझे माझे साऱ्या जगात निराळे

आकाश भेटत नाही जमिनीला

तरी सोबत कायम असते दोघांची

जरी नसे साथ तुझी माझ्या हाताला

तरी गाठ आहे बांधलेली हृदयबंधाची..

श्वासानेच जर हृदयाला तोडले

श्वासानेच जर हृदयाला तोडले

जखमी मनाने कुणाकडे पहावे

प्रेमानेच द्वेषाचा नजराणा दिला

पाणावलेल्या नेत्रांनी कुठे पहावे

ज्याच्यावर मनापासून प्रेम केले

त्यालाच का आपण नाही कळले

ज्याच्यावर सारी प्रेमफुले उधळली

तया आर्त वेदना का नाही कळली

पहिल्यांदा कुणावर मनापासून प्रेम केले

अबोला धरून तू का मला परके बनवले

तुला आनंद देण्याचा नादात दुःखी झालो

प्रेम मिळवताना प्रेमालाच गमावून बसलो

वीज चमकावी तशी तुझी आठवण येऊन जाते

मेघांनी वर्षाव करावा तसे अश्रूंच्या सरी पाडते

सुखाचा स्रोत असलेला व्यक्तीने दुःखे द्यावी

मग दुसऱ्याकडून कशाची अपेक्षा ठेवावी ?

कुणी का प्रेमात नाही पडणार

तू माझ्यासांगे बडबड करणार

हवेत रेशमी केस ते उडवणार

डोळ्यांनीच व्यक्त अशी होणार

कुणी का प्रेमात नाही पडणार

छंद तुझा मला भिजवणे

मित्र तुझे उडणारे पाखरे

तू अश्या अदाकारी दाखवणार

कुणी का प्रेमात नाही पडणार

नयन तुझे ह्रदयी वार करे

मुख तुझे मनाला वेड लावे

रूपावर काव्य किती रचणार

कुणी का प्रेमात नाही पडणार

सतत तुझाच विचार येतोय

खरच तुझ्या प्रेमात पडलोय

तू माझ्या नजरेसमोर येणार

कुणी का प्रेमात नाही पडणार

तू मला छळू लागली आहेस

स्वप्नात भेटू लागली आहेस

हृदयात माझ्या तू कैद होणार

कुणी का प्रेमात नाही पडणार

सांग काय कविता लिहू

सांग काय कविता लिहू मी तुझ्यावर

तू स्वतः ईश्वररचित कविता आहेस

सांग काय वर्णन करू मी तुझ्या रूपाचे

तू स्वतः सौंदर्याचे मापदंड आहेस

जिच्यासाठी जग जिंकून टाकावे

जिंकलेले सारे तिच्यावर उधळावे

तिच्यापरी जगी कुणी न सापडावे

अशी सौंदर्याची धनी चांदणी तू आहेस

पहाटेचा शुक्रतारा जसा नजरेत भरतो

आकाशी चंद्र रजनीची शोभा वाढवतो

एकांतात हृदयाच्या जो जवळ असतो

अशी तू प्रिये नेहमी तुजसमोर मी हारतो

वैराण जमिनीवर जसे श्रावणाच्या सरी

तस माझ्या जीवनी तू माझी सुंदर परी

हृदय प्रेमाने भर येऊनि मिठीत साजणी

नयनी शृंगार दिसू दे नको मिटवू पापणी

राजस राजकुमार

रुक्ष माझ्या हृदयावर प्रेमाचा वर्षाव केलास
एकच हास्य मज देऊन मन जिंकुनी गेलास
तुझे रूप कसे वर्णावे मर्यादा ह्या कलमास
राजस राजकुमार तू ठाऊक साऱ्या जगास
आकाशी चंद्रही तुझ्यासमोर क्षणभर लाजतो
घडवलेल्या देवालाही तुझा अभिमान वाटतो
स्वप्ननगरातील राजकुमार तुजरूपात मज भेटतो
अजून सुख कुठले हवे प्रश्न मनाला माझ्या पडतो ?
परिकथेतील राजकुमार अजून काय वेगळे
राजस रुपाला पाहून रचली गेली ती काव्ये
मनात प्रीत फुलवणारा पहाटेचा शुक्रतारा
हृदयरुपी नौकेला भेटलेला सागरकिनारा
तू कविमनाला सुचलेली कविता
तू नसता जीवन होईल माझे रिता

प्राणांहूनी प्रिय राजकुमार तू माझा

भय वाटे नजर न लागो ह्या प्रेमाला..

चंद्र

आज चंद्र मला मित्रच भासला

माझ्यासम तो एकटाच वाटला

जरी आजूबाजूला त्या चांदण्या

नको बाजूला कुणी चंद्रसमाना

मी पण चंद्रासम एकटाच होतो

चंद्रमुखावर आनंद पाहत होतो

चंद्र एकटा तरी तो परिपूर्ण होता

उगाच प्रेमाचा शोध तो घेत नव्हता

कधीकधी एकटेपणात सौंदर्य असते

जगी फारच कमी लोकांना ते उमजते

प्रेमातील विरह प्रेमाला गौरवीत करते

प्रेम मात्र एखाद्याच्याच नशिबी असते

निसर्ग काही जणांना मुद्दाम एकटे ठेवतो

अद्वितीय तो व्यक्ती कलानिर्मिती करतो

चंद्र म्हणे शोध घेण्यापेक्षा स्वतःवर प्रेम करा

तुम्हीही चमकाल बाजूला चांदण्याचा पसारा

धुंद गारवा

आज मात्र मी मनापासून ठरवले होते
काहीही करून तिला बोलायचेच होते
तिने तर माझ्या नंबरला ब्लॉक केले होते
नशिबाने दुसरा फोन माझ्या जवळी होते
धीर जमा करून मी तिला फोन केला
नंबर आधीपासून मला तो पाठच होता
नंबर दाबताना माझे डोळे पाणावत होते
उचलेल का ती प्रश्न आसवे विचारत होते
कुणास ठाऊक नियतीने पुन्हा दगा दिला
आज तिला केलेला फोनच नाही लागला
पुन्हा फोन करावे तर धाडस आता नव्हते
मग स्वतःलाच अंधाऱ्या खोलीत लपवले
खिडकीतून मग धुंद करणारा गारवा आला
वारा नव्हे तीच आली होती मला भेटायला

विसरून जा मला ती निष्ठुरपणे बोले मला
विरह कायम राहीन किमान या तरी जन्माला
तुला विसरेल कधीतरी भीती वाटते ग हृदयाला
शेवटी रडत रडत म्हणालो मी त्या गार वाऱ्याला
ती म्हणाली माझ्या आठवणी श्वास आहे रे तुझा
जरी विसरले हृदय तरी मी येईन बनुनि धुंद गारवा..

जगूनच पाहू

तप्त उन्हाळ्यापरी जीवनास

तू येऊन मज थंडावा दिलास

माझ्यात नसलेला आत्मविश्वास

तुझ्यामुळे आला जीवनी उदयास

हरवलेला आनंद जीवनातून

आज गवसे मज तुझ्यापासून

कोरडा पडलेला माझा अंतरात्मा

चिंब भिजतोय नसे कसली तमा

आता एकच विनंती आहे

विश्वास माझा तोडू नकोस

प्रेंम करेल आयुष्यभर तुझ्यावर

बाहेर नातं कुठलं जोडू नकोस

तुझ्यावर ह्रदयाचे भाव उधळीन

शब्दांचे मनोरे तुझ्यासाठी रचीन

तू असताना मज कसली फिकीर
ह्या हृदयी तुझ्याच नावाची लकीर
तुझ्या सुखासाठी मी जीव ओवाळीन
तू फक्त साथ दे मी जगाशीही भांडीन
आयुष्याचा प्रवास अजून सुंदर बनवू
एकमेकांच्या सुखाचे दोघे कारण ठरू
रात्री गच्चीवर दोघे चंद्र तारे मोजू
मिठीत एकमेका सारे जग विसरू
प्रेम काय असते ते भरभरून करू
जगणं काय असते ते जगूनच पाहू..

का

चार शब्द बोलून माझे मन हलके करशील का
फक्त तुझ्यावरच भरभरून प्रेम केले सख्या मी
तू ते प्रेम एकदा मनापासून स्वीकारशील का ?
मृत्यूच्या उंबरठ्यावर मज भेटायला येशील का ?
तुझ्यावर रचलेल्या कविता वाचून काढशील का ?
जीवनभर फक्त तुझ्याच परतण्याची वाट पाहिली
शेवटी भेटल्यावर हक्काची घट्ट मिठी देशील का ?
मृत्यूच्या उंबरठ्यावर मज भेटायला येशील का ?
मनातील घृणा काढून पुन्हा मैत्री करशील का ?
तुझ्या तुटपुंज्या आठवणीत मी जीवन जगलो
कथेत लिहिले ते चार क्षण सोबत जगशील का ?
मृत्यूच्या उंबरठ्यावर मज भेटायला येशील का ?
राजस रूपाचे दर्शन माझ्या नेत्रांना देशील का
तुझे एक हास्यच माझे औषध बनेल बघ

प्रेमाचे मलम लावून ह्रदयाच्या जखमा पुसशील का ?

मृत्यूच्या उंबरठ्यावर मज भेटायला येशील का ?

मांडीवर डोके टेकवून फक्त स्पर्शाने बोलशील का ?

मी डोळे मिटण्यापूर्वी माझे हातात हात घेऊन

पुढच्या जन्मी एक होऊ असे वचन देशील का ?

मृत्यूच्या उंबरठ्यावर मज भेटायला येशील का ?

शक्य नाही

तुला विसरणे मला शक्य नाही

मन माझे वेडे तुझीच वाट पाही

तुझ्यानंतर खुपजण येऊन गेले

तुझ्यासम कुणी मनी न उतरले

मनात बनवली तू अबाधित जागा

तुटणार नाही कधीच प्रेमाचा धागा

तुझी आठवण मनात काहूर माजवते

तुझ्यावर लिहिले की मन मंदिर बनते

ईश्वराने खूपच फुरसतमध्ये बनवले असेल तुला

आठवला तुझा चेहरा की सुचतात कविता मला

तू जिथे असशील तिथे खूप सुखी असशील

माझ्या प्रार्थना थोड्या तरी असर दाखवतील

तू पहाट आहेस माझ्या तारुण्याची

तू परिसीमा निसर्गाच्या लावण्याची

तू प्रेरणा माझ्या बोलक्या लेखणीची

तू चेतना ह्या आसुसलेल्या आत्म्याची

शब्द अपुरे पडतात तुझे सौंदर्य सांगताना

थकत नाही ह्रदय तुझी आठवण काढताना

तू जवळ आहेस हा भास मनाला होत राही

तुला विसरणे आता मला खरच शक्य नाही

अस्तित्व

बेभरवशाच्या जगात तुला शोधतोय

तू जी दारे बंद केलीत ती वाजवतोय

दिवा आपल्या प्रेमाचा विझून गेलाय

शांत वातीमध्येच आता ऊब शोधतोय

तू माझ्याशी केव्हाचा अबोला धरलाय

त्या भनानीत तुझाच आवाज ऐकतोय

तुझ्यापर्यंत कधीच पोहोचनार नाही

तरी तुझ्यासाठी मी काव्ये रचतोय

प्रेम आपले पूर्ण जळून खाक झाले

त्या राखेत मी माझा हिस्सा शोधतोय

कोऱ्या नियतीच्या माझ्या कागदावर

अश्रूंनी आपली प्रेमकथा लिहितोय

डोळ्यासमोर तुझा चेहरा आणून

जखमी हृदयाचे सांत्वन करतोय

आठवण तुझी पुन्हा पुन्हा काढून

हरवलेले ते क्षण पुन्हा जगतोय

दुरूनच तुला पाहण्याचा आज अट्टहास करतोय

तुझ्या भेटीच्या आशेने प्रत्येक दिवस ढकलतोय

जीवनाच्या सांगतेपूर्वी एकदा तुला पाहायचे आहे

तुझ्या प्रेमात हरवलेलो मी माझे अस्तित्व शोधतोय..

वाढदिवशी

वाढदिवशी मला एक मेसेज करशील का

जुन्या गोष्टी विसरून पुन्हा बोलशील का

झालेल्या गोष्टी मी आज बदलू शकत नाही

तुझ्या रागामुळे नात्याला पालवी फुटत नाही

वाढदिवशी मला एक मेसेज करशील का

भूतकाळ विसरून मला संधी देशील का

माफ केल्यावर कुणी मोठ्याचा लहान बनत नाही

स्वाभिमानाशी तडजोड आता मलाही शक्य नाही

वाढदिवशी मला एक मेसेज करशील का

पाषाण त्या हृदयाला पाझर फोडशील का

तुझा अबोला आता मला असह्य होतोय

लवकर ये तू आता खरच उशीर होतोय

वाढदिवशी मला एक मेसेज करशील का

माझ्या हृदयावरचे ओझे उतरवशील का

तू सोडून आता खरच प्रेमाची उमेद नाही
चार शब्द बोलून दिवस सोनेरी बनवशील का ?
वाढदिवशी मला एक मेसेज करशील का
मनी मावळलेली आशा पुन्हा जागवशील का
दुःखात मी काहीतरी बरेवाईट करून घेईल
ते थांबवून मला परत नूतन जन्म देशील का ?

हृदयाला तुझी आठवण येते

हल्ली सतत हृदयाला तुझीच आठवण येते
प्रेमाबाबतीत मी अभागी जाणीव करून देते
मनाच्या वेदना तुझ्यापर्यंत पोहोचतात का
खर सांग तुला माझ्या उचक्या लागतात का ?
तुझा राजस चेहरा माझ्या डोळ्यासमोर येतोय
तुझ्या त्या पाणीदार डोळ्यात मी पुन्हा बुडतोय
उफाळून आलेल्या भावना तुला कळतात का ?
खर सांग तुला माझ्या उचक्या लागतात का ?
तुझ्यासोबतच्या सर्व आठवणी मी जपून ठेवतोय
आयुष्याचा एकटेपणा त्याच क्षणमोतींनी भरतोय
माझ्या कवितेतून दिलेली हाक ऐकू येते का ?
खर सांग तुला माझ्या उचक्या लागतात का ?
तू नशिबात नाहीस हे सत्य मी पचवतोय
हृदयाच्या त्या वेदना काव्यातून मांडतोय

आकर्षणाचा तो नियम विरुद्ध वागतोय का ?

खर सांग तुला माझ्या उचक्या लागतात का ?

तुला पण माझी येते का रे कधीतरी आठवण

अजून दिले का कुणी माझ्यासम तुला देवपण

कधीतरी तुझ्याही स्वप्नात मी दिसतो का ?

खर सांग तुला माझ्या उचक्या लागतात का ?

थोडं तुझं थोडं माझं

थोडं तुझं थोडं माझं

जपू हे बंध रेशमाच

थोडं तू अन थोडं मी

दोघे फुलवू नात आपलं

थोडं तुझं थोडं माझं

घरटे ते छान दोघांच

प्रेमाने आणि विश्वासाने

जीवन जगू ते सोबतीने

थोडं तुझं थोडं माझं

सुखाने भरू जीवन एकमेकांच

एकमेकांचे मन जपू काचेसारख

निर्मळ प्रेम करू राधेश्यामसारख..

तुझा फोटो

अचानक तुझा फोटो मोबाईलमध्ये सापडला

कोरड्या मनावर आठवणीचा सडा शिंपडला

पाहुनी तुझे ते रूप चेहऱ्यावर मज हसू आले

आठवण तुझी येऊन नकळत डोळे पाणावले

प्रत्यक्षात तू भेटणार नाहीस तरी कथेत भेटतेस

विरहाचा दाह सोसणाऱ्या मनाला गारवा देतेस

आजही माझ्या कानात घुमतात शब्द तू जे बोलले

आठवण तुझी येऊन नकळत डोळे माझे पाणावले

तुझ्या आठवणी कधीच जड जाणार नाही मला

प्रेमकहाणी माझीही आहे असे सांगतात त्या मला

तू घृणा करदेतेस हेच माझ्या जिव्हारी लागून गेले

आठवण तुझी येऊन नकळत डोळे पाणावले

भावना व्यक्त करून मीच जणू माती खाल्ली

प्रेमाच्या मोहापायी आपली मैत्रीपण गमावली

तुटपुंज्या एकतर्फी प्रेमातच हृदय तृप्त झाले

आठवण तुझी येऊन नकळत डोळे पाणावले

तुझ्यावरचे प्रेम जणू शाई बनले माझ्या लेखणीचे

कथामहाल बांधतोय तुझ्यासाठी मी शब्दमोतींचे

स्वप्नातच तुझी मिठी घेऊन प्रेम तुझे मी कमावले

आठवण तुझी येऊन नकळत डोळे माझे पाणावले

तू आज पहिल्यांदा भेटलास

तू आज पहिल्यांदा भेटलास

बघता बघता हृदय जिंकलास

माझीच मी आता राहिली नाही

स्वप्नातपण तुझाच चेहरा पाही

राजस रूप ते नेत्रात साठवले

नकळत चेहऱ्यावर हास्य प्रकटे

काळे जीवन रात्रीचे आकाश जसे

तू मला माझा शीतल चंद्रच भासे

हृदयातले सारे शब्दरत्ने तुझ्यावर उधळले

तुझ्या रुपात स्वप्नातला राजकुमारच गवसे

आता अंतरी तुझीच ती अनामिक ओढ लागे

सख्या तुझ्यामुळेच ह्या हृदयातले स्पंदने जागे

आपल्यातील बंधने सारी गळून पडावी

प्रेमाची ती नवीन पालवी तिथे उगवावी

आता आस लागली फक्त तुझ्या मिठीची

तूच दे मज राजकुमारा साद त्या प्रीतीची

ह्यालाच प्रेम म्हणतात का ??

सतत तुझा चेहरा आठवतो

मग मी स्वतःलाच विसरतो

कागदावर मग काव्य रचतो

आठवणीत सारा दिवस जातो

प्रेमात माणूस स्वतःचा नाही राहत का ?

तूच सांग ह्यालाच प्रेम म्हणतात का ??

तुझे बोलणे सतत कानात घुमते

तुझ्याच विचारात माझे मन रमते

पाहुनी तुला मुखावर हास्य उमटते

तुझ्यामुळे कळी जीवनाची खुलते

प्रेमात शहाणा माणूस वेडा होतो का ?

तूच सांग ह्यालाच प्रेम म्हणतात का ??

तुझ्या डोळ्यात मी बुडतो , चातकाप्रमाणे वाट पाहतो

प्रेमाच्या दिव्यात वाती बनून भिजतो

नकळत स्वतःला मी तुझाच समजतो

प्रेमात आपले मन इतके एकरूप होते का ?

तूच सांग मला ह्यालाच प्रेम म्हणतात का ??

थँक्स माझी व्हॅलेन्टाईन होण्यासाठी

मी चिडूनही कधी न चिडण्यासाठी

संवादधागे ते कधी न तोडण्यासाठी

तुझे प्रेमळ रुसवेफुगवे धरण्यासाठी

थँक्स माझी व्हॅलेन्टाईन होण्यासाठी

मुखातला अबोला तो मिटवण्यासाठी

डोळ्यातले मुके शब्द ते वाचण्यासाठी

संगे चालताना हाती हात देण्यासाठी

थँक्स माझी व्हॅलेन्टाईन होण्यासाठी

संकटी खंबीरपणे साथ देण्यासाठी

कधीही मज एकटे न सोडण्यासाठी

प्रेमाचा अर्थ मला समजवण्यासाठी

थँक्स माझी व्हॅलेन्टाईन होण्यासाठी

हरक्षणी माझी काळजी घेण्यासाठी

एकांतात सुंदर क्षण घालवण्यासाठी
माझ्या घट्ट मिठीत विरघळण्यासाठी
थँक्स माझी व्हॅलेन्टाईन होण्यासाठी
डोळ्यातील आसवे ती पुसण्यासाठी
मी आहे सोबत हे मला सांगण्यासाठी
सुंदर त्या रात्री सोबत घालवण्यासाठी
थँक्स माझी व्हॅलेन्टाईन होण्यासाठी
माझ्या काव्यांची प्रेरणा ठरण्यासाठी
माझ्या लेखणीची शाई बनण्यासाठी
प्रेममोती ते ओंजळीत टाकण्यासाठी
थँक्स माझी व्हॅलेन्टाईन होण्यासाठी !

तू आणि मी

भांडण झाल्यावर लास्ट सिन चेक करणारी तू

सोशल मीडिया अँप डिलीट करून बसलेला मी

एकटे वाटल्यावर मित्रांच्या घोळक्यात रमणारी तू

गच्चीवर एकटाच बसून गाणे ऐकत बसणारा मी

लाऊड म्युजीक करून डीजेवर नाचणारी तू

एकांतात गझल व लतादीचे गाणे ऐकणारा मी

थिएटरमध्ये मुव्ही बघताना शिट्टी वाजवणारी तू

घरी येऊन ब्लॉगवर समीक्षण लिहू पाहणारा मी

मला आवडणारे पदार्थ खायला बनवणारी तू

तो पदार्थ बिघडूनही कौतुक करत खाणारा मी

जस्टिफीकेशन देण्यासाठी निबंध लिहिणारी तू

रिप्लाय म्हणून अंगठा देणारा आळशी मुलगा मी

युट्यूबवर व्हिडिओ पाहून योगा करणारी तू

जिममध्ये डंबल मारून घाम घालणारा मी

बुलेटवर बसण्यासाठी राईडचा हट्ट धरणारी तू
तुझा स्पर्श व्हावा म्हणून मुद्दाम ब्रेक मारणारा मी
कथेत माझी भूमिका उभी कर म्हणून रडणारी तू
तुझ्यावर कविता लिहीत बसणारा आशिक कवी मी
पावसात ओलेचिंब होऊन नाचत बसणारी तू
गरम चहाचा व भजीचा आस्वाद घेणारा मी
माझ्यावर जीव लावणारी मला जग मानणारी तू
तुझ्या प्रत्येक सुखात स्वतःचे सुख मानणारा मी !

भेट

वाट पाहुनी मला विचारते किती लेट
मिठी मारुनी बोले तूच माझा सोल्मेट
म्हणे तू करियर घडव मी करेल वेट
तीच तर प्रिये माझी आवडती भेट

रात्रीला पडणारे गुडनाईटचे मेसेज
चॅटिंगमध्ये स्टिकरला दिलेले वेटेज
तुझे बोलणे जे भिडते मनाला थेट
तीच तर प्रिये माझी आवडती भेट

तुझ्या निबंधासम मेसेजला माझे अंगठ्याचे रिप्लाय
माझ्या प्रेमाच्या डिमांडला तुझा न संपणारा सप्लाय
सोबत घालवलेली प्रत्येक मूव्हमेंट
तीच तर प्रिये माझी आवडती भेट

तुझ्यामुळे वाढला माझा साहित्याचा जीडीपी
आपण शोधलेली प्रेमाची सांकेतिक ती लिपी

मनाचे मनाला झालेले ते कनेक्ट

तीच तर प्रिये माझी आवडती भेट !

गुलाब माझी

माझ्याशी भांडणारी सतत रुसणारी
गुलाब माझी मला आनंदी ठेवणारी
अबोला तिचा किती तो जीवघेणा
तिच्यासमोर माझे काहीच चालेना
माझे प्राण ती माझी अर्धांगिनी
मोहून घेणारी प्रिये मनमोहिनी
स्वप्नातली परी सत्यात गवसलेली
लाखात एक साथी ती निवडलेली
रागाच्या कुलुपाची चावी ठेवणारी
मनाची कोडी सहजच सोडवणारी
अबोल त्या हृदयभावना जाणणारी
माझे जग माझे सर्वकाही असणारी
प्रेमाचा गंध आयुष्यात उधळूनी
माझ्या प्रीतीच्या रंगात त्या रंगुनी

स्वामिनी माझी जीवनाची मनाची

माझी गुलाब आयुष्याच्या बागाची !

एकमात्र क्षण

आनंदाचा एकमात्र क्षण शोधतोय
मी स्वतःलाच कुठेतरी गमावतोय
तुटलेली स्वप्ने ते हृदयही तुटलेले
हरवलेली नाती दुरावलेली माणसे
निवडुंग मी काटेच ओंजळीत
सुखानेही टाकले मज वाळीत
स्वार्थी जगात विसरलो हसायला
शिकलो गर्दीतही एकटे रहायला
कोरडे झाली आसवेही नेत्रांची
उरली नाही गरजही ती शत्रूंची
वाटतो नकोसा मित्रांचा सहवास
आप्तांच्या मनी माझे वाईट भास
थकलोय स्वतःची बाजू मांडताना
लोकनजरेत ते क्षणार्धात पडताना

पाषाण हृदय स्वभावही पाषाणाचा

संपला केव्हाचा शोध तो प्रेमाचा !

प्रणय

दिसत नाहीये प्रिये चंद्र तो नभात
पाहुनी तुझे रूप तोही लपे मेघात
ओढली नभाने झालर चांदण्यांची
रात्र सजली आपल्या प्रीतप्रेमाची
देऊनी तुझा हात माझ्या हाती
वेचूया क्षण दोघे या प्रणयराती
घट्ट मिठीत त्या घेऊया विसावा
घर वसवू आपुले प्रेमाच्या गावा
मोजूया मिळुनी चांदण्या नभातल्या
उधळूया भावना संचित ह्रदयातल्या
होऊ दे एकमेकांना प्रेमाचा तो स्पर्श
जगूया यौवन होऊदे मनाला तो हर्ष
प्रक्ष्याळले मज माझ्या या ह्रदयाने
घायाळ रूपाने की फक्त हसण्याने

रात्र सर्वात सुंदर तुझ्याच संगतीने

पौर्णिमा भासे तू चंद्रसम असण्याने !

आशिकी 2

यशाच्या शिखरावरी राजस राजकुमार

ऊब तया प्रसिद्धीचा मदीराव्यसन फार

स्वरांनी स्वतःच्या छेडे काळजाची तार

भेट होई युवतीशी सुंदर नाजूक ती नार

जिंके मन स्वतःच्या कोकीळ आवाजाने

गुण तिचे विलक्षण राजकुमाराने जाणले

वचन दिले तिजला नेतो मी तुज महालात

होईल कदर कलेची भूकही नसेल पोटात

स्वप्ने सजवले मुलीने आनंद दाटे आसमंती

घात झाला तिकडे राजकुमार होई जखमी

तुटला संपर्क तुटला दोघांमधला विश्वास

तुटले सारे स्वप्ने काचेची सोडे ती ध्यास

राजकुमार पुन्हा परतला कराया पूर्ण वचन

पुसली आसवे मागे दुसरी संधी तो मनोमन

बनुनि गुरू तीचा भरे तिच्यात आत्मविश्वास
हरएक यत्न केले करायला पूर्ण संगीतध्यास
झाली युवती मोठी गायिका प्रसिद्‌ध फार
प्रेम जुळले थाटे राजकुमारसमवे संसार
ती चढत होती यशाच्या सर्वोच्च शिखरी
हा उतरत होता दिसे निराशेची खोल दरी
लोकांना आवडत नव्हती चातकांची जोडी
निंदा करे प्रेमाची हृदय राजकुमाराचे तोडी
पुन्हा व्यसन लागले होऊ लागला तमाशा
सावरत होती प्रेयसी देत होती नवी आशा
उमगले राजकुमारा आपणच बनलोय अडचण
तिचे ध्येय महत्वाचे आपुले प्रेम मिटवू तत्क्षण
शेवटची भेट तिचे घेऊनि बोलला भरभरून
मिठी मारूनि घट्‌ट गेला कायमचा तो सोडून
राहिली अधुरी प्रेमकहाणी दोघांची

ध्येय गाठले तिने राधा बने कृष्णाची

संगीताने जोडले दोघांना प्रेमगाठीत

तुटले येऊनि प्रसिद्धीच्या ओंजळीत !

जर खरच कुठे असेल ईश्वर अस्तित्वात

जर खरच कुठे असेल ईश्वर अस्तित्वात

तर गाठ आपुली बांधेल पुढील जन्मात

तू मग जाणार नाही मज एकटा सोडून

मीही नाही खितपत पडेल नेत्रे सुजवून

भेटतील त्या जोडीस विश्वाचे आशीर्वाद

साथीदार तुझा मी असेल मग निर्विवाद

जाणार एकमेकांच्या मिठीत विरघळून

कळणारही नाही कधी गेली रात्र सरून

करावे लागणार नाही प्रेम लपूनछपून

जातधर्म वार नाही करणार मग मागून

अपुला प्रिये असेल किती सुखी संसार

जिथे आनंदसुखासाठी सदा उघडे दार

वाट पाहीन मी हा जन्म सरण्याची

उगवेल नवा चंद्र वाट त्या रजनीची

तोपर्यंत आठवांनीच होईल मी सुखी

डोळी आसवे आणि तुझेच नाव मुखी !

एकांत

एकांत मला वाटतो हवासा

सहवास कुणाचाही नकोसा

स्वतःसंगे चालतो हा संवाद

माझे वाद माझेचि प्रतिवाद

गुंग मी स्वतःच्या भावविश्वात

निराकार भाव प्रत्येक श्वासात

नको मैत्री नको प्रेम जीवनात

जुन्या जखमा ताज्या हृदयात

काटेरी निवडूंग काट्यांची ओंजळी

दुरावले सारे फक्त आसवे या डोळी

तुटला विश्वास हरवे प्रेमाचा ओलावा

हरवलो मीच अज्ञात अश्या त्या गावा

प्रयत्न स्वतःच्या भावना जाणण्याचा

पुन्हा इथेच जन्म नव्याने तो घेण्याचा

भरून निघतील एक दिन सर्व जखमा

तोपर्यंत नसे मज या क्रूर जगाची तमा !

रुसवा

वाद हा किती आता वाढवू

सांग तुला कस मी समजवू

रुसवा गोड तो कसा मिटवू

चंद्रमुखावर हसू कसे आणू

तुला समजेना माझ्या भावना

भिंती मधल्या आपुल्या तुटेना

पाषाण ह्रदयाला पाझर फुटेना

कसे नाते टिकवू मज कळेना

ह्रदय माझे फारच बनले खोडकर

जिने दुखावले तिचाच तो प्रियकर

खूपदा तो बुद्धीसोबत वाद घालतो

प्रेम आपुले तोडायला नकार देतो

वाद घालण्यात उरला नाही अर्थ

इतकेच समज तुझाच आहे पार्थ

तूच ग माझ्या कवितांचा भावार्थ

तुझ्याच प्रेमाने जीवन माझे सार्थ !

चंद्रासारखीच

अगदी चंद्रासारखीच होती
सुंदरदेखणी जणू परीच ती
हसली तर मनी वसंत खुले
रुसली की हृदयी काहूर उठे
वाटे ते रूप खूप डोळ्यात साठवावे
यत्न माझे सारे तिलाही समजायचे
छळायची ती मला स्वप्नातही येऊनि
निघे मग हृदय माझे घायाळ करूनि
चंद्र कसा प्रत्येकाला हवाहवासा
तसा तिचा सहवासही थंडगारवा
चंद्र कवींचा जसा विषय आवडता
तिही माझ्या कल्पनेतील प्रेमलता
पण चंद्र कुठे आपल्या जवळ असतो
कस्तुरीचा शोध मृगास लागत नसतो

प्रेमाचे ते विरहगीत काव्यात रेखाटतो

एक चंद्र नभी दुसरा हृदयी मी जपतो !

एकटेपणा

गर्दीतही जाणवतो मज एकटेपणा

टोचतोय मला माझाच का मीपणा

आठवण येत आहे एकीची मनाला

पर्वाच उरली नाहीये जगाची त्याला !

दिसतो चहूकडे फक्त तोच चेहरा

भुरळ ह्रदयावरची की भास खरा

तेचतेच मागणे मंदिरी हर प्रार्थनेत

का हा माधव इतका रमलाय रमेत

नियती देते जगायला एकच आयुष्य

तू परतणार नाहीस कस करू भाष्य

ह्रदय तुटल्यावरही असावा एक विमा

किमान वेदनांचा आवेग होईल धीमा

सर्वांनाच नसतो पचत प्रेमानंतर विरह

आठवणी सतावतात अश्रूंशी होतो तह

तुझा हसरा चेहरा आठवून हसतो मीही

हसणे माझे पाहूनि हसते क्रूर नियतीही !

लवकर ये राया

लवकर ये राया नको करू उशीर
वाट पाहते कधीची होतेय अधीर
यावेळी जरा घे सुट्ट्या जास्तीच्या
घरी बोलू गोष्टी आपल्या लग्नाच्या
अडकूया दोघेही विवाहाच्या गाठीत
येऊदे मला तुझ्या हक्काच्या मिठीत
लाव तुझ्या नावाचे कुंकू कपाळावर
प्रेमळ हात तुझा ठेवना ह्या गालावर
लावेल मीही तुळशी तुझ्या अंगणात
रमेल मीही तुझ्या संसाराच्या वनात
ओवाळेल अभिमानाने जाशील जेव्हा सीमेवर
पिऊनी कटू विरहघोट ठेवेल गोड दही जिभेवर
तू नसताना मी ठेवेल लक्ष आपुल्या संसारावर
आधार बनेल ओझे नसेल मी तुझ्या खांद्यावर

वाट पाहेल मी क्षणोक्षणी तुझ्या परतण्याची
आवरेल हुंदका वेळ येईल तुला बोलण्याची
नको मला फुलांच्या पाकळ्या नको प्रेमपत्रे
बनव मिसेस फौजी हीच आस माझ्या नेत्रे !

किती वेळ रुसशील

किती वेळ रुसशील आता राग सोड ना
खूप थकलोय मी लवकर मिठीत ये ना
भयाण शांतता मधली देई हृदया जखमा
तू सोडून आता जगाची उरली नाही तमा
तुझा रुसवा नियतीने दिलेली मला शिक्षा
लोक म्हणे किती दिन मागणार प्रेमभिक्षा
द्रोणमूर्ती बनवून शिके विद्या एकलव्यही
आठवणी तुझ्या जपून कवी बनतोय मीही
तुझाच चेहरा सतत दिसतो स्वप्नात
हरवून जातो पुन्हा विरहाच्या रानात
कस सांगू जगाला मी पण केलेय प्रेम
रात्री रडतो भासवुनी जगा दिनभर क्षेम
तुझ्या घृणेलापण मानतो पारितोषिक
तुझे प्रेमच हृदयाला ह्या बनवे शोषिक

दिवा प्रेमाचा ह्रदयात ठेवेल मी तेवत

प्रीत आपुली काव्यातून जिवंत ठेवत..

चंद्र गारव्याच्या राती

त्या सुंदर चंद्र गारव्याच्या राती
तुझा उबदार हात माझ्या हाती
अनवाणी पायाखाली थंड माती
प्रेमाच्या दिव्याला प्रीतीची वाती
रात्रभर आपल्या चालणाऱ्या गप्पा
प्रणयाच्या पुढे जाई नात्याचा टप्पा
एकत्र मोजू नभातील सर्व चांदण्या
विरहगाठी तोडून टाकूया आतल्या
तूझ्या खांद्यावर माझे टेकले डोके
मिठीत तुझिया वाढे हृदयाचे ठोके
सागरगर्भात जसे मोतीरत्ने साचले
तसे आठवणी मी ओंजळीत भरले
सारे जीवन जगलो मोजक्या क्षणात
तू भेटला अजूनि काय हवे जीवनात

तुझ्या इंद्रमुखावर कायम हास्य रहावे

हीच इच्छा तुझ्या मांडीवर मरण यावे !

प्रेमाचे गाव

असावे आपुले प्रेमाचे गाव
जातधर्मास जिथे नसे वाव
असे सर्वत्र केवळ प्रेमभाव
नसे जिथे मुखवटे न बनाव
प्रेमाच्या गावात प्रीतीची नदी
न्यायानीतीवर उभ्या मसनदी
आसवांना नसे स्थान नेत्रांमध्ये
आनंद वाहे कानाकोपऱ्यामध्ये
प्रेमाच्या गावात मनाची श्रीमंती
ज्ञानाचा दिवा विवेकाची पणती
रक्ताची नसे नाती आपुलकीची
पताका उडत राहते समानतेची
प्रेमाच्या गावी सर्वांचे भरलेले पोट
शांतता नांदते नसे हिंसेचे गालबोट

प्रेमाचे हे गाव सत्यात मज सापडेना

कवीकल्पना ही काव्यातच उरेल का ?

रत्नहार

मनमंदिरात केलीय तुझी स्थापना

करतोय रोजच मी तुझी उपासना

दुःखवादळ तुला पाहुनि अडतात

वर्णू कसे तुज शब्द अपुरे पडतात

चंद्रासमान तेजस्वी असे मुखमंडळ

नेत्रे काय वर्णावी जणू ताजे कमळ

हास्य तुझे जणू भूतलावरील वसंत

रूप असे मग कवी कसा घेईल उसंत

प्रेमासाठीच असतात काही रत्नहार

घडवणारा तुज असेल महाकलाकार

तुझ्या सुखात दडलेले ईश्वराचेच सुख

तुझा विरह लावे मना वेगळी रुखरुख

तुझी दुःखे यावीत माझ्या या ओंजळीत

तुझे रूप मावणारच नाही चार ओळीत

तू ईश्वराची सर्वोच्च निर्मिती हे सत्य उरे
काव्यासाठी तुझ्या शब्दही पडतात अपुरे..

भूतकाळ

भूतकाळ उकरून मी काढत नाही
काय करू जखम ती जातही नाही
तुझी आठवण सातत्याने येत राही
तुटलेले स्वप्न मन पुन्हा पाहत राही
किती गोजिरे क्षण आपण जगलो संगे
किती प्रेमाने मिटवले एकमेकांचे रुसवे
आता उरे आठवणी संगे थोडीशी आसवे
इच्छा अपुरीच राही जगण्याची तुझ्यासवे
दिलीय देवाने स्मरणशक्ती भलतीच चांगली
चांगल्यासंगे वाईट गोष्टीही लक्षात ठेवे मती
विरहाचे ते क्रूर वादळ माझे मन करे उध्वस्त
तू मिठी देऊन कर हृदयाच्या अग्नीचा अस्त
हा भूतकाळ जितका हसवे तितकाच रडवेही
खपली आठवांची निघे वाहे भावनांचे रक्तही

हवी होतीस तू मला सावलीसारखी पाठीमागे

आठवणी मात्र प्रीतीच्या आजही प्रेमसाक्ष देते

तू

तुझे बोलणे तुझे हसणे
तुझे चालणे तुझे पाहणे
सारेकाही मज वेड लावे
मोह लावतात तुझे कावे
देवाने बनवले तुला फुरसतीने
कसे रूप वर्णावे ह्या लेखणीने
काव्येही कमी पडे रूपासमोर
चंद्रही फिका वाटे तुझ्यासमोर
प्रक्ष्याळले मज माझ्या भावनांनी
कधी चालू आपण संग अनवाणी
सजवेल मी वाट फुलपाकळ्यांनी
सुख भेटो तुज माझ्या बोलण्यानी
कस सांगू किती वेड तू लावत आहेस
कस सांगू किती प्रेमात पाडत आहेस

तुझ्या नेत्रात मी माझा चेहरा पाहतोय

काव्य रचतरचत स्वप्ने नवे सजवतोय

भ्रम

तुजसंगे कायमचे नाव जोडावे

पाहुनी प्रेम सर्वांनी बोटे मोडावे

मिठीत तुझ्या स्वर्गच अनुभवावे

सख्या तुझ्या संगे जीवन कंठावे

तुझ्यासाठीच घ्यावा हरएक श्वास

तुझा आनंद असावा माझा ध्यास

तू सोडून काही नको वेड्या मनास

हृदयाला माझ्या फक्त तुझीच आस

खूप वेळ तुझी वाट पाहिली

संपे धैर्य प्रेमात अश्रू वाहिली

मागून दे मज अचानक मिठी

शोधते तुलाच माझी ही दिठी

तुझ्या बोटांनी तूच पूस अश्रू

तू रडवे आता तूच आण हसू

भांडण कर पण दुरावा नको

मृत्यू दे पण विरहयातना नको

तुझ्याविना जगणे जड झाले

भवताली तुझेच चित्र दिसले

प्रिये येशील ना परत जीवनात

वाट पाहतो राहुनी गोड भ्रमात..

स्वप्न

काल तू स्वप्नात दिसली होती

किती गोड अशी हसली होती

मला दुरूनच हाक देत होतीस

जवळ येताच दूर जात होतीस

दुरूनच मला आनंद देत होतीस

ही जादू प्रिये कुठे ग शिकलीस

कस सांगू तुला तगमग जीवाची

कळेल न तुला भाषा ह्या मनाची

स्वप्नात भेटण्यापेक्षा सत्यात भेट

पुरे आता लपाछपी मिठी दे थेट

थकलोय ग मी तुझी वाट पाहून

अजून किती प्रेमात जाऊ वाहून

स्वप्न पडले मज भल्या पहाटे

भोळ्या मनी नवी आशा दाटे

ऐकले होतात पहाटस्वप्ने खरी

पडू दे प्रेमदान हृदयाच्या पदरी..

मेसेज

तुझ्या मेसेजला मी लगेच रिप्लाय देतो
तू समजते तितकाही रिकामा मी नसतो
तुझ्या त्या मेसेजमधून आनंद मी शोधतो
तुझ्याशी जोडण्याचा मार्ग म्हणून पाहतो
तू जेव्हा लवकर रिप्लाय देत नसते
बिझी असेल मन स्वतःला समजवते
तुला त्रास देण्याचा काही हेतू नसतो
समज ना दुसरा पर्यायपण तर नसतो
कस सांगू तुला या वेड्या मनाची वेदना
मेसेज केल्याविना मला आता राहावेना
कर कधीतरी तू पण स्वतःहूनि मेसेज
तू पण मदत कर सोडवायला प्रेमपेच
डिलिटेड मेसेज असतात भावना दबलेल्या
मी सांगितलेल्या पण तुलाच न कळलेल्या

तरसलाय जीव तुझा आवाज ऐकण्यासाठी

नूतनजन्म घेऊ का तुझा मेसेज वाचण्यासाठी ?

ती असेल भाग्यवान

जी तुझी होईल ना ती असेल भाग्यवान

त्या मुलीचे असेल तुझ्या हृदयात स्थान

ती घेईल तुझ्या त्या घट्ट मिठीत विसावा

तिचे कोमल हात तू तुझ्या हातात धरावा

जी तुझी होईल ना ती असेल भाग्यवान

तुझी साथी म्हणून तिलाच असेल मान

लोक तिलाच तुझ्या नावाने चिडवतील

तुझे नाव ऐकून तिचेच गाल लाजतील

जी तुझी होईल ना ती असेल भाग्यवान

तुझ्या शरीराचा फक्त तीच असेल प्राण

तिच्या काव्यांचा तूच असशील विषय

तुमच्या जोडीभवती प्रसिद्धीचे वलय

जी तुझी होईल ना ती असेल भाग्यवान

राजासंगे राजमहाली करेल ती प्रस्थान

तुझ्या राजस रुपाला असेल शोभणारी
जन्मभरी पुरेल इतके प्रेम उधळणारी
तुझे डोके मांडीवर टेकवूनी
केसांवरती हात ते फिरवुनी
चुंबनाचा वर्षाव तो करुनि
जग जिंकेल तुला जिंकुनी
तिच्या प्रेमामुळे जेव्हा तू होशील सुखी
तिचे नाव सतत येईल जेव्हा तुज मुखी
सख्या मलाही भेटेल रे खूप समाधान
जी तुझी होईल ना ती असेल खरच भाग्यवान !

जो तुझा होईल

जो तुझा होईल तो असेल भाग्यवान

तुझ्या ह्दयात केवळ त्यालाच स्थान

घेईल तो तुझ्या घट्ट मिठीत विसावा

तुझे कुंकू असेल त्याचाच तर नावा

जो तुझा होईल तो असेल भाग्यवान

तुझा नवरा म्हणुनी तया असेल मान

घालवेल तो तुझे गोड ते रुसवेफुगवे

नाव त्याचे जुळेल कायमचे तुजसवे

जो तुझा होईल तो असेल भाग्यवान

प्रेमरंगात रंगताना नसेल कसले भान

तुझ्या सुखी आयुष्याचे असेल कारण

जोडी शोभेल ती जैसी लक्ष्मीनारायण

राजकन्येचा तो असेल राजस राजकुमार

सुस्वभावी शांत देखणा आणि रुबाबदार

त्याला पाहताच जाईल तुझा सारा ताण

जो तुझा होईल तो असेल खरच भाग्यवान !

कृष्णा फक्त तूच माझा राया

कृष्णा फक्त तूच माझा राया

तुझ्यावरीच या राधेची माया

दोन देह जरी एक असे काया

तप्त जीवनी तू देई प्रेमछाया

कान्हाविना कैसे हे गोकुळ

नसे सुख सदा मन व्याकुळ

खांद्यावरी टेकवावे ते डोके

हृदयाचे मोजावे आपण ठोके

घे मजला तुझ्या घट्ट त्या मिठीत

न्हाऊनी जाऊदे मज प्रेमप्रीतीत

कृष्णा मन किती सहज जिंकतो

पाहता मुखचंद्रमा दुःखही विरतो

कितीतरी आहे विरोधात तक्रारी

एका हास्याने सर्वच निष्प्रभ करी

दूर असूनही तो जवळच भासतो

कृष्णा तूच या राधेचा राया शोभतो !

देव एकटेपणा शत्रूलाही देऊ नये

रात्री एकांती उशी अश्रूंनी भिजू नये
जोडीदाराची जागा रिकामी असू नये
केवळ स्वप्नातच मिठी मिळू नये
देव एकटेपणा शत्रूलाही देऊ नये

कुणीच नसतो रुसवा दूर करणारा
कुणीच नसतो काळजी ती घेणारा
जेवताना फक्त मोबाईल संगे नसावे
देव एकटेपणा शत्रूलाही देऊ नये

कुणीच नसतो आसवे पुसणारा
कोसळलो खाली तर उचलणारा
खचलो जीवनी तर धीर देणारा
वाटेवर चालता हाती हात देणारा

हृदयात प्रेमाची पोकळी नसावी
स्वतःचीच कीव कधीच न यावी
प्रेमाची भीक मागण्याची वेळ येऊ नये
देव एकटेपणा शत्रूलाही देऊ नये

प्रेमाच्या दोन क्षणासाठी सदैव आसुसलेले
इतरांचे प्रेम पाहूनि नशिबालाच दोष देणारे
प्रसिद्धी नकोय साथ हवी कुणाची संगे
देव एकटेपणा शत्रूलाही देऊ नये !

वाढदिवशी

हास्यलकेर कधी न मिटावी
यशाची उंच शिखरे चढावी
जीवनी सर्व सुखे तू पहावी
आनंदाची साथ सदा रहावी

नेहमीच व्हावा वर्षाव प्रेमाचा
कधी न त्रास व्हावा दुःखाचा
काटे न टोचावी एकटेपणाची
डोळी धारा न गळावी अश्रूंची

रंगुनी जावे जीवन मिळावे सर्व रंग
कधी न व्हावे कोणतेही स्वप्न भंग
अनुभवावी सुखाची हरएक तरंग
वैभवाच्या त्या विश्वात व्हावे दंग

कटू अनुभव मिळावे
जेवणात मीठासारखे
चव वाढावी जीवनाची
धार लागावी संघर्षाची

तुमची कीर्ती सर्वदूर अशी ती पसरावी
छाती आमची अभिमानाने फुलून यावी
आरोग्य लाभावे समृद्धीही पायी लोळावी
वाढदिवशी हीच मनोकामना ईश्वरचरणी !

काव्य मी चाल तू

काव्य मी चाल तू
नृत्य मी ताल तू
स्वर मी वाणी तू
तहान मी पाणी तू

साहित्य मी पात्र तू
लेखनाचा विषय तू
नेत्र असे मी पापणी तू
वाळवंट मी श्रावणी तू

काटेरी निवडुंग मी गुलाब तू
मन वेडावून टाकी तो सुगंध तू
कधी न संपणारी ओढ आहे तू
जग सुंदर वाटे ऐसे सौंदर्य तू

प्रेम तू प्रीत तू
माझे स्वप्न तू
सुख तू आनंद तू
माझे जीवन असे तू !

मज वाहुनि जावेसे वाटते

सकाळी तुला उठवताना
माझे हात उगाच पकडणे
मी पीठ मळत असताना
मागून घट्ट ती मिठी मारणे

मी रुसलेली असताना
गालावरी ओठ टेकवणे
दूर कुठेतरी मी असताना
सतत मला कॉल करणे

रात्री दोघे झोपत असताना
कपाळाचे गोड चुंबन घेणे
जेवण बिघडले असताना
उगाच कौतुक करुनि खाणे

किती गोड आहेस तू सख्या
तुझी दुष्ट काढावीशी वाटते
तुझ्या निर्मळ प्रेमात सख्या
मज वाहुनि जावेसे वाटते !

कधीतरी

कधीतरी " ओ " दे माझ्या हाकेला
मिळव तुझी नजर माझ्या नजरेला
वाट पाहतोय कितीतरी दिवसांपासून
एकदा तरी खरेखुरे भेट येता स्वप्नातून

जगेल पूर्ण आयुष्य त्या भेटीच्या चार क्षणातच
पुन्हा तक्रार नाही करणार राहील समाधानातच
खूप दिवस झाले तुझे ते रूप डोळ्यात साठवून
देऊनी तुझे राजसदर्शन कर मुक्त क्रूर विरहातून

खूप एकटा पडलोय मी माझ्याच आयुष्यात
कुणाचीच साथ नाही मला शुष्क वाळवंटात
तप्त झाले माझे हृदय संपला त्यातला ओलावा
हरवले सुख सारे गवसेना आनंदाचा तो गारवा

मिळवता येईना मला माझ्याशीच नजरा
कोमेजूनि गेला तो कलात्मकतेचा गजरा
एकटेपणा चहूकडे स्वतःशीच मी लढतोय
सांत्वन मनाचे कराया संवाद तुजसवे साधतोय !

खूप दुष्ट आहेस तू

खूप दुष्ट आहेस तू
प्रेमाच्या जाळ्यात अडकवणारी
खूप खोडकर आहेस तू
स्वप्नात येऊन मज छळणारी

खूप मजा येत असेल ना तुला
मला असा त्रास देऊनी
खूप हसू येत असेल ना तुला
माझी ही अवस्था पाहुनि

एकदा प्रत्यक्षात भेट मला
तुला घट्ट मिठी मला द्यायची आहे
एकदा सुंदर डोळ्यांनी बघ मला
त्या सुंदर डोळ्यात बुडून जायचे आहे

एकदा जवळ तरी बस माझ्या
काव्ये तुला ऐकवायची आहेत
एकदा मांडीवर डोके टेकवू दे मला
हाताची चुंबने घ्यायची आहेत

रुक्मिणी तू माझी बनू शकत नाही
राधा बनून खांद्यावरी विसावा घे
जीवनभर साथ भाग्यात नाही
चार क्षण सोबत प्रेमाचे घालवू दे.

प्रेम नसते फक्त समागमात

प्रेम नसते फक्त समागमात
नसते ते केवळ देहमिलनात

प्रेम असते पिलेल्या उष्ट्या चहात
काळजी घेतली जी आजारपणात
काळीज ओतूनि लिहिलेल्या पत्रात
मन लावूनी रचलेल्या सुंदर काव्यात

प्रेम असते नाहक रुसव्याफुगव्यात
ते निरागस रुसवेफुगवे दूर करण्यात
न ठरवूनि झालेल्या गोड भांडणात
मग स्वतःहूनि ते भांडणे मिटवण्यात

प्रेम असते सोबतीच्या सुंदर क्षणात
आपल्या डायरीच्या प्रत्येक पानात
प्रेम तर राधेश्यामच्या क्रूर विरहात
ते मीराच्या भक्ती आणि तपस्यात

सागरकिनारी संगे पाऊलखुणा उमटवलेले
रेतीवर दोघांचीही नावे सोबत ती लिहिलेले
रात्री हाती हात घेऊनि चांदण्या ते मोजलेले
गुलाबाचे फुल ते आठवण म्हणूनि जपलेले

प्रेम नसे वासनेच्या चिखलात
प्रेम नसते मारहाण करण्यात

प्रेम कपाळावर ठेवलेल्या ओठात
प्रेम घट्ट मिठीच्या सुंदर पिंजऱ्यात

प्रेम नसते फक्त समागमात
नसते ते केवळ देहमिलनात !

शंखनाद होऊनि जीवनी

पाहताक्षणी प्रेमात मी पडलो
कळले नाही कधी तुझा झालो
कोरली गेली तू माझ्या ह्रदयात
मी हरवून गेलो तुझ्याच स्वप्नात

हे प्रेम की आकर्षण वेळच ठरवेल
मन माझे वेडे तुजसंगे स्वप्न रंगवेल
तुझे हसणे तुझे बोलणे वेड लावेल
समोर असता मुखी शब्दही न फुटेल

आस लागली आहे मज तुझ्या भेटीची
बेचैनी मिटव भेटवस्तू देता ती मिठीची
खूप थकलोय गरज तुझ्याच आधाराची
घालवू सुंदर क्षण वाट फक्त होकाराची

तूच असतेस आता माझ्या ध्यानीमनी
जिंकेल मी तू मिळशील मला ज्याक्षणी
दूर जगापासून घेऊन जा मज प्रेमवनी
स्वर ऐकव मज शंखनाद होऊनि जीवनी !

तुझा आधार हवा होता

मी खूप जोरात आपटलो होतो
प्रचंड वेदना सहन करत होतो
आसवांनी नेत्रे भिजवत होतो
मदतीची याचना करत होतो

त्याक्षणी हात देणारा कुणीतरी हवा होता
मज जीवनी खरच तुझा आधार हवा होता

माझ्यावर झाले खूप दोषारोप
क्रूर नियतीचा विचित्रसा कोप
सर्व प्रेमभावना पावल्या लोप
वाळून गेले स्वप्नांचे छोटे रोप

रात्री एकटा रडता नेत्रे पुसणारा हवा होता
मज जीवनी खरच तुझा आधार हवा होता

आयुष्य कायमचे संपवणार होतो
निष्ठुर जगाचा निरोप घेणार होतो
स्वतःच स्वतःशी मी झुंजत होतो
एक एक दिवस पुढे ढकलत होतो

तेव्हा खांद्यावर एक हात तुझा हवा होता
मज जीवनी खरच तुझा आधार हवा होता

तू खूप उशीर केला जीवनात यायला
आसवेही नेत्रातील लागली विरायला
प्रेमाचा तर विसरच पडला या मनाला
खपल्या बसल्या हृदयाच्या जखमांना

मिठी देऊन घट्ट रुसवा मिटवायला तू हवा होता
मज जीवनी खरच तुझा आधार हवा होता.....!!!

अंधाराचे जाळे

जीवनावरी पडिले अंधाराचे जाळे
काय वर्णावे तया खोल अन काळे
उलटे पडले सारे निर्णयाचे ते फासे
काहूर मनी जैसा कानी ओते शिसे

आयुष्यात आलाय वेगळाच रुक्षपणा
गेला केव्हाचा सुखाचा तो ओलेपणा
दूर सरले सर्व मित्र उरला एकटेपणा
आठवणींचाच आधार त्याचाच कणा

अंधारात या मार्ग काही दिसेना
खांद्यावर कुणाचा हात भासेना
मी मग्न पूर्णपणे माझ्याच विश्वी
झाकोळला चंद्र मावळला तो रवी

उगाचच का शब्दांचे पूल बांधतोय
हृदयावर स्वतःच्या फुंकर मारतोय
मनाची स्वतःच मनधरणी करतोय
अंधारातही प्रकाशकिरण शोधतोय

जीवनावरी पडिले अंधाराचे जाळे
गिळेल अस्तित्व एवढे क्रूर निराळे
पण निघून जाईल कठीण काळही
संघर्षाने चमकेल माझे हे जीवनही !

मुलेही प्रेम करतात

ब्रेकअपनंतर रात्री एकटेच ते रडत बसतात
दारू पिऊन दुःख विसरायचा प्रयत्न करतात
त्यांनाही असतात भावना, त्यांच्याही नेत्री अश्रू असतात
पाषाण हृदयाचे नसतात , मुलेही प्रेम करतात

स्वाभिमान त्यांनाही असतो
पण नात्यासमोर तो झुकतो
चूक त्यांची जरी नसली तरीही
मान्य करावे लागते ते प्रेमासाठी

मुलींना आधार द्यायला उभे कितीतरी खांदे
मुलांना मात्र व्यक्त कसे व्हावे याचेच वांदे
सारेकाही करूनही मुले आरोपीच्या पिंजऱ्यात
मुलींना भेटते सहानुभूती , सत्य मात्र अंधारात

मुली दुसऱ्यासोबत जातात रिलेशनशिपमध्ये
मुले राहतात नैराश्यात यातनांच्या जाळ्यामध्ये
मूव्ह ऑन मुली लवकर करतात मुले मागे उरतात
सर्व मुले सारखी नसतात मुलेही खर प्रेम करतात !

खूप आठवण येते तुझी

खूप खूप आठवण येते तुझी
तुला दया का येत नाही माझी ?
कधीतरी वाटत नाही माफ करावे
या भिकाऱ्याला शब्दांचे दान द्यावे

आता तरी काहीतरी बोल ना
अबोला हा जीवघेणा फोड ना
एकदिवस मीच वेडा होईल बघ
विरहाने कापले सुखाचे सर्व पंख

नाही ग विसरू शकत मी तुला
कितीतरी साकडे घातले देवाला
देवांनीही आता पाठच फिरवली
माझ्यासवे माझी आसवेच उरली

भेटला मला जीवनातला खूप मोठा धडा
प्रेमात नाही पडणार यापुढे कानाला खडा
तुझा फोटो पाहून एकटाच मी असा रडतोय
त्या आसवांच्या शाईने ही कविता लिहितोय !

जीवनभरी

गर्दीत ओळखीचा चेहरा शोधतोय
मुखवटे घालूनि उदासी लपवतोय
खूप दिवस झाले माझे सुख हरवून
एकटेपणा संपेना जाईना मज सोडून

विधात्याचा कोप झाला की माझेच चुकले
रुक्ष विश्वात माझ्या मी सोडूनि कुणी न उरले
वाटू लागलीय अनामिक भीती या क्रूर गर्दीची
ओळख हरवून जाईल स्वअस्तित्व गमावण्याची

आसवे कोरडी झाली दुःखे इतकी कोसळली
माझी वेदना लेखणी सोडून कुणास न कळली
खोट्या विश्वात मी दंग झालो विसरुनी जीवन
जगलो पोटभरून सुखाचे आयुष्य काही क्षण

कथेतील सुख सत्यात उतरवता आले नाही
कागदाचे हास्य मुखावर आणता आले नाही
तरीही उपकार राहतील देवी शारदेचे मजवरी
भेटले सर्व लेखनातून जे न मिळाले जीवनभरी !

साज ह्यो तुझा

कळले नाही कधी तुझ्यात हरवलो
आणि आता माझा मीच न राहिलो
देहाला छेदून तू प्रेम केले हृदयावर
मीही मग भांडलो याच प्रेमाखातर

साज ह्यो तुझा जीव माझा वेडावला
चहूबाजूंनी तुझाच चेहरा तो दिसला

आभाळ दाटून आले भावनांचे
त्याला तुझ्या मिठीत वाट सापडे
काव्य रचले बांधुनी मनोरे शब्दांचे
विषय मात्र तू एकटी त्या कवितांचे

साज ह्यो तुझा जीव माझा वेडावला
स्वप्नातही तुजविन कुणी न गवसला

मोर जसा नृत्य करी पाहूनि श्रावणसरी
तसा मी आनंदी भेटली तुझ्यासम परी
प्रेमस्वर उधळू वाजवूनी प्रीतीची बासरी
मी तुझा श्याम तू माझी राधा ती बावरी

प्रेम मिळते जगात एखाद्या भाग्यवंताला
तू भेटली हे जणू वरदानच या पामराला
तुझे गोड हसू तर पर्वणी माझ्या नेत्रांना
पत्ता तुझाच ठाऊक माझ्या प्रेमपत्रांना

घायाळ करून टाकतो साज ह्यो तुझा
प्रेम करायला शिकवतो साज ह्यो तुझा
जीवन जगण्याची प्रेरणा देतो साज ह्यो तुझा
तुझ्याच नावावर आता हरएक श्वास माझा !

साज ह्यो तुझा तुझ्या प्रेमात मला पाडणारा
आयुष्याभराच्या साथीचे वचन द्यायला लावणारा !

3. भयकविता

मी एकट्याने कधीच भयकथा लिहिल्या नाहीत. इतर लेखकांसोबत मिळून काही भयकथा लिहिल्या. त्या निमित्ताने काही भयकविता लिहिल्या गेल्या. वाचकांना या भयकविता नक्की आवडतील ही आशा करतो.

भय इथले संपत नाही

भय इथले संपत नाही

पदोपदी जाणवत राही

छळतोय खेळ सावल्यांचा

मनाला होणाऱ्या भासांचा

भय इथले संपत नाही

दुष्ट शक्ती पाठीच राही

थरकाप जीवाचा उडीला

हरक्षण मृत्यूच जाणविला

भय इथले संपत नाही

कटू ध्वनी काढत राही

अस्तित्व असे दाखविले

आम्हा कोंडीत पकडीले

आवाजाचा आक्रोश झाला

रक्ताचाही सडा पडू लागला

किंचाळीने सारे भरून जाई

भय मात्र इथले संपत नाही..

मृत्यूखेळ

मृत्यूचा हा खेळ आम्ही मांडीला

जिवाचा फासा त्यावरी फेकीला

अदृश्य शक्तींचा भास तो जाहिला

तया सामोरे कसे जावे प्रश्न उरीला

मृत्यूचा हा खेळ आम्ही मांडीला

हृदयाला जणू भयानेच व्यापिला

खेळणारे आम्ही बळीही आमचा

अजाणतेपणा असा का उलटला

मृत्यूचा हा खेळ आम्ही मांडीला

आसमंत सारा उग्र दर्पाने भरीला

तो त्याचे अस्तित्व सिद्‌ध करतोय

स्वतःस राखाया आम्ही धडपतोय

मृत्यूचा हा खेळ आम्ही मांडीला

जिवानिशी येऊनच तो थांबिला

खेळ कधी संपेल फक्त तो ठरवेल

आमच्या हाती फक्त मृत्यूच उरेल..

रात्रीचे साम्राज्य

लाल भडक डोळे , पाय वाकडे
क्रूर ते हास्य , कर्कश स्वर ऐकवे
असुरापरी ते मुख भयभीत करतो
लांब नखे ती कातडीला खरचटतो
गळ्याला का तहान आहे रक्ताची
हृदयकंपने वाढवी ही सोंगे रातीची
भूक लागे शिकार हवी तया देहाची
किंचाळून रंगत वाढवतोय अंधाराची
लांब लांब केस सर्पासारखेच वाटतात
पांढराशुभ्र रंग मुळापासून घाबरवतात
मृत्यू न आणता मृत्यूची जाणीव देतो
भूतलावर राहूनही नरक तो दाखवतो
पाहुनी हे विक्राळ रूप शब्दच फुटेना
धावू कुठे जीव रक्षाया काहीच कळेना

अश्या भुताला वाढदिवसाच्या शुभेच्छा

रात्रीचे साम्राज्य कायम रहावे हीच इच्छा..

भास

सोबत मागे दिशाहीन वारा

क्रूर हसतो नभातील तारा

भयावह वाटे परिसर सारा

पांढरी छाया उघडे पसारा

कुणीतरी करतोय पाठलाग

स्मशानात जळतेय ती आग

कानी पडतो प्रेतांचा तो राग

डसतो पायी अदृश्य तो नाग

स्पर्श जाणवतो मज खांद्यावर

कुणी न दिसे मागे वळल्यावर

कुणीतरी दुरूनि का पाहतोय

भयभीत पाहुनी मज हसतोय

थांबेना हे त्रासदायक भयचक्र

का पडली मजवरी नजर वक्र

होई कोंडमारा मृत्यू तो जवळी

पाहुनी आकृती विझे प्राणकळी !

4. सामाजिक कविता

सुरुवातीपासूनच सामाजिक कथा लिहिण्याचा छंद होता. काव्यलेखन करतानाही सामाजिक विषय हाताळण्याचा मोह आवरला नाही. विविध कथामालिका लिहिताना प्रसंगाला अनुसरून ज्या कविता लिहिल्या त्यादेखील यात समाविष्ट आहेत. मग दारूवर आधारित कविता असो वा वेश्या , नाच्या या सर्वांचे मनोगत मांडणाऱ्या कविता असो , सर्व वाचकांच्या पसंतीस उतरल्या आहेत. वाचकांना या कविता नक्की आवडतील ही आशा.

राजकारण

नेत्यांनी केलेले राजकारण गाजते

पण खरं सांगा राजकारण कुठे नसते ?

असते राजकारण सासूसुनेच्या नात्यात

पाहतात त्या दोघी एकमेकांना पाण्यात

मुलाला मुठीत ठेवण्याचे होतात यत्ने

नारी असूनही नारीचे दुःख का न कळे

राजकारण असते साध्या चौकोनी कुटुंबात

एकुलतीएक कन्या चढे पित्याच्या नजरांत

पुत्र मात्र बिघडे खूपदा आईच्याच लाडाने

मातेस पुत्र पुंजीसम कन्येस बाप नायक वाटे

कन्या लहानपणीपासूनच घरात पाहत असे

पिताच एकमेव घेतो निर्णय महत्वाचे ते सारे

मातेला पुत्रच वाटतो किरण एकमेव आशेचा

भविष्य ते पाहुनी लळा प्रत्येकाला प्रत्येकाचा

राजकारण असते भावाभावांमध्ये

इंचभर भूमीसाठी किती ते कुटाणे

उगाच बदनाम पांडवकौरव बिचारे

कधी बघा शेतीसाठी रक्तही सांडणारे

एका पालकास असतात दोन मुले

एक कर्ता तर दुसरा तो नाकर्ता ठरे

पालक असूनही प्रेम राहते का समान

एकास मान दुसऱ्यास कायम अपमान

कितीतरी ठिकाणी असे राजकीय चर्चेस बंदी

शिक्षित लोकांस विचारमंथनांची नसे का संधी

राजकारण म्हणलं की वाटे किळसवाणा प्रकार

सामान्यांच्या मनात त्याविषयी सदैवच तिरस्कार

जिथे सत्ता तिथे सुरू होते राजकारण

रक्त सांडे देहाचे वा मनाचे विनाकारण

पण राजकारण असे खूपदा अपरिहार्य

तयामुळेच होई समाजकारण मग सार्थ
राजकारण करावे पण नवनिर्माणासाठी
नसावे ते संकुचित कुणाच्या विनाशासाठी
कृष्ण शकुनी मुरब्बी एकाच तर काळातले
मार्ग राजकारणचाच ध्येय मात्र पहा निराळे
गाजले जरी राजकारणी म्हणूनि तूम्ही
इतिहासात कायम उपेक्षितच राहणार
धन्य धन्य भाऊसाहेब जे लढे पानिपती
नजीब तर सर्प म्हणूनच वर्णिले जाणार
दूर पळण्यापेक्षा शिका जीवनी राजकारण
काट्याने काटा काढावा असेच तर प्रकरण
नेत्यांनी केलेले राजकारण गाजते
पण खरं सांगा राजकारण कुठे नसते ?

हे महादेवा

हे महादेवा , उघड तुझे तिसरे नेत्र
रक्तरंजित होत आहे तुझे पवित्रक्षेत्र
फाडली जाताय सरस्वतीची वस्त्रे
निष्पापांचे जीव घेताय क्रूर अस्त्रे
ऐकू येताय का करूण त्या किंकाळ्या
असुरांच्या किती जीवघेण्या आरोळ्या
देवकीसमोर बाळ कान्हाला ठेचले
रामासमोर कौशल्याला उभे चिरले
जाळली गेली पुस्तके फोडीले मंदिरे
संपतेय संस्कृती आता तरी धाव घे
फेकुनी त्रिशूल कर दुष्टांचा सर्वनाश
रौद्र तांडव करुनि तोड अधर्मी पाश
नाहीतर ज्ञानगंगा बनेल रक्तसरिता
हो प्रकट तू भक्ताच्या रक्षणाकरिता

का अजूनही न कळेना एकीचे सामर्थ्य

टिकेल शास्त्र जेव्हा शस्त्र उचलेल पार्थ

ईश्वर प्रत्येक रुपात करतो आपले सारथ्य

आपल्या हाती गांडीव व दुष्टांचे पारीपत्य !

अधांतरी

पुरुषी देहात अडके स्त्रीभावना
जीवनी ह्या केवळ मरणयातना
स्वतःच्याच देहात होई घुसमट
कशी चालावी वाट ही अनवट
लोकांनी केली सतत हेटाळणी
न कुणी मित्र न प्रेम या जीवनी
टाळ्यांच्या स्वरात हरवले दुःख
आयुष्य सरले मिळेना तरी सुख
थोड्या पैश्यात वाटला आशीर्वाद
एकांती पुन्हा घालतो स्वतःशी वाद
का असामाजिक जन्मूनी समाजात
का नकोसा मी माझ्याच मूळ रुपात ?
संपला स्वाभिमान द्वेषनजरा झेलूनी
हृदय बने पाषाण अश्रू किती गाळुनी

नाही मी पूर्ण नर नाही मी पूर्ण नारी

ओळख माझ्या देहाची राही अधांतरी !

रॉड

घातिला लोखंडी रॉड स्त्रीच्या योनीत
सार्थक हेच का जन्मूनी मनुष्ययोनीत ?
दाग लाविला माणुसकीच्या ओंजळीत
कुठून भरली क्रूरता मनाच्या झोळीत ?
याच योनीतुन तुही जन्मला होतास
याच कुशीत तुपण झोपला होतास
विवेकाची जागा वासनेला दिलास
माणसा पशुहून नीच का बनलास ?
भेदते आकाशात तिची आर्त किंचाळी
स्त्री जाते नासवली आजच्याही काळी
स्त्री असणे हाच होता का तिचा गुन्हा
नको तो स्त्रीजन्म अश्या देशात पुन्हा
का ती समजली जाते केवळ भोगवस्तू
अंगाखाली स्थान तुझे फक्त हुंदके दे तू

कुठे न कुठे तिची लुटली का जाते अब्रू
या गुन्ह्यावर व्यवस्था गप्प का ग तू ?
का स्त्रीदेहाची इतकी व्हावी विटंबना
का नराधमांना कायद्याचे भय वाटेना
कोण दोषी या विकृत मानसिकतेला
जखमी योनी प्रश्न विचारे माणुसकीला ?

उपमर्द

नकोसा पुरुषी स्पर्श अंगी होतो

भयाचे शहारे शरीरभर उमटवतो

वासना स्त्रीचा खेळणा बनवतो

आजही देशात बलात्कार होतो

कधी सहा महिन्याची बाळ असते

कधी साठ वर्षाची म्हातारी असते

कळी पूर्णपणे खुललेलीही नसते

नराधमांची क्रूर नजर का ती पडते

ओरडत असते ती हसत असतो तो

विरोधाला तिच्या भीकच घालेना तो

डोळे सुजले रडून वासना ती शमेना

पीडितेत तया आईबहीण का दिसेना ?

पूर्ण झाकलेला देह नग्न त्याने केला

आग पुरुषत्वाची विझे मगच उठीला

पण अजूनही देह तिचा जिवंत होता

पाकळ्या तोडल्या देठ तो बाकी होता

घातला लोखंडी रॉड त्याने त्या योनीत

हसे गालात हिस्त्र पशूंनाही लाजवित

असले कृत्य करणारा कसला तू मर्द ?

जन्म तुझा मानवतेचा झालेला उपमर्द !

बुरखा

कुणीतरी सभ्यतेची व्याख्या सांगा
कुणीतरी संस्कृतीच्या मर्यादा वाचा
श्लील-अश्लीलचा फरक समजेना
संस्कृती-विकृतीचे अंतर उमजेना
प्रेमवासनेमधील रेषा नीट आखेना
लेखणीवरी बंधने लादताही येईना
कसा व्यक्त होऊ मी मला कळेना
सत्य सोडूनि दुसरीकडे मन वळेना
सभ्यतेचे अदृश्य जाळे टाकिले भोवती
कलाकृती घडवू कशी रक्षक ते अवती
कलेला आवर घालण्यातच ती हरवली
सभ्यतेच्या बुरख्यात गेली ती चिरडली
नग्नतेत दिसे सर्वांस अश्लीलता
वस्त्र झाकले की वाटते सभ्यता

झाकल्यावरीच सौंदर्य ते वाढते

दृष्टीतील कुरुपता कुणा न कळे

सारे काही वरचा ईश्वर घडवतो

मग तो कसे विकृतीही बनवतो

विचारपक्षी अडकतो पिंजऱ्यात

गुदमरतो जीव खोट्या बुरख्यात..

मरण खरच खूप स्वस्त ते झाले

होता चमकत नभात एक तारा

वाढवतच होता कलेचा पिसारा

स्वतःचे स्थान मिळवलेच होते

यश काय असते पाहिलेच होते

राजबिंडा तो होता राजकुमार

कलेने पूर्ण व्यक्तिमत्त्व अपार

रसिकांच्या गळ्यातील ताईत

यशासाठी नव्हता कधी घाईत

पित्याचे छत्र लवकरच हरपले

जिद्द अंगात हार नाही पत्करले

संघर्ष करुनि होत होता विजयी

तेव्हाच फासा फेकी क्रूर नियती

ह्रदयात राहणाऱ्याचे ह्रदय दुखले

मृत्यू उभा ठाकला तया न कळीले

आईच्या कुशीत राजकुमार निजला

दुर्दैव त्या आईचे पुन्हा कधी न उठला

का त्याला आठवली आईची कुशी

की आठवे आई सोडता जग खुनशी

मृत्यूसाठी माऊलीची कुशी निवडली

पुढच्या जन्मीही ही आई सोयच केली

निष्ठुर काळाने झडपच घातली

स्वर्गाकडची वाट तयाने धरली

स्वर्गाने आज तो तारा कमावला

रसिकांनी मात्र तो हिरा गमावला

काही मिळवण्यासाठी खूप गमावतोय

काही दाखवण्यासाठी खूप लपवतोय

पोटाची तगमग सुखाने जगू देत नाही

क्षणभंगुर जीवन नीट मरूही देत नाही

खोट खोट हसताना अश्रूच आटतात

खरखर भांडताना ते मित्रच हरवतात
गर्दीतही माणूस का राहतो तो एकटा
सारे भेटूनही मिळे न आनंदाच्या वाटा
उपभोगता न येणारे यश काय कामाचे
आयुष्यच न देणारे आरोग्य बिनकामाचे
अचानक तुटणारे पाहुनी असे हे तारे
वाटे मरण खरच खूप स्वस्त ते झाले..

नाच्या

दुष्काळ पडला होता त्याच्या शेतात
वाटले कमाई तरी होईल नाट्यक्षेत्रात
स्त्री सुलभ अदाकारी त्याला जमली
नाच्या म्हणून त्याची पात्रे खूप रंगली
रातोरात नाच्या प्रसिद्ध होऊ लागला
कलावंती-प्रेक्षक मधील दुवा बनिला
उभा राहताच हास्याचा फवारा उडत
रसिकांची तयावर विशेष माया जडत
प्रयत्न केला होता त्याने इतर भूमिकांचा
रसिक नाराजले नाद फक्त तया नाच्याचा
नाच्याची भूमिका उतरवताच आली नाही
हसवत राहीला जगाला जगला पारंब्यापरी
घरच्यांना त्याची अतिशय लाज वाटे
नाच्याची मुले समाज मुलांना हिणवे

लोक बायकोकडे वाकडी नजर टाकी
शिव्या देत फडाला ती हुंदके देई रात्री
असते प्रत्येक पुरुषात एकतरी स्त्री लपलेली
पुरुषसत्ताकसमाजात बिचारी दडपून गेलेली
लावणीच्या फडात लावण्य नाच्याचे हरवले
वय जसजसे वाढले भाव बाजारातले उतरले
कुणी त्या पिकल्या केसांना काम देईना
मुलगी वयात आली सोयरीकही भेटीना
नाच्याला मुलगी कशी झाली हे विचारत
त्याच्या परिवाराला हरएकप्रकारे छळत
रसिकांनी त्याला डोक्यावर उचलले
समाजाने मात्र तया वाळीतच टाकले
काहींनी केले त्याला घाणेरडे ते स्पर्श
दिला त्याला नकोसा तो वासनेचा दर्प
तो मात्र कलेची सेवा करत राहिला

रसिकांच्या टाळीला कमाई मानिला
बनलाच होता की अर्जुनही बृहन्नला
त्याला तर कुणी छक्का न म्हणला ?
नाच्या असणे दोष होता त्याचा
बदनामीचा शापच होता कलेला
नपुंसकतेचा ठपका चारित्र्यावर
हास्यास्पद पात्र त्याचे रंगभूमीवर
रसिकांना हसवणारा आज रडला
इतरांना हसवता स्वतः हसू बनला
लक्ष्मी रुसली सरस्वतीच्या भक्ताला
नस कापून जीवनतमाशा संपविला..

मी एका ताऱ्याला तुटताना पाहिले

मी एका ताऱ्याला तुटताना पाहिले

दुःख लपवून तया हसताना पाहिले

राजस राजबिंडा राजकुमारच तो जणू होता

आमच्यातलाच पण आमचा अभिमान होता

निरागस मुखावर भाव वेगवेगळे आणायचा

प्रत्येक भूमिकेत स्वतःचे प्राण तो ओतायचा

आकाशी झेप घेता पाय जमिनीवर ठेवायचा

यश मिळूनही गर्व त्याला कधीच न चढायचा

बोलण्यावर त्याच्या कायम संयम राहायचा

हृदयाचे दुःख कधीच कुणाला न सांगायचा

प्रेक्षकांच्या हृदयातील ताईत बनला

चंदेरी दुनियेत मात्र तो एकटा पडला

उच्चभ्रूच्या मस्करीला का पात्र ठरला

सर्वात राहूनही वेगळेपणा जाणवला
नभी तारा तुटतो तेव्हा इच्छा पूर्ण होतात
हे खालचे तारे मात्र हृदय तोडून जातात
मी त्याला पडद्यावर चमकताना पाहिले
दुर्दैव नेत्रांचे त्यालाच लटकताना पाहिले
गेल्यावर ज्याने त्याने स्वतःची पोळी भाजली
न बोलणाऱ्यांनीही त्याची बाजू उचलून धरली
सोडून गेलेला कुठे परत आमच्यापाशी येणारे
अनुत्तरित प्रश्न मात्र आयुष्यभरच सतावणारे
काही दिवस रंगलेला खेळ हळूच बंद पडला
सांत्वन करणारे जोतो त्याच्या कामात गुंतला
इतरांना प्रेरणा देणारा जीवनाशी का हरला
तमाम रसिकांनी एक अमूल्य हिरा गमावला
खरच माहिती नाही कारण तुझ्या जाण्याचे
विसरणार नाही तुझे अमर पात्र पडद्यावरचे

जाताना लचके जरी तोडले तू घराणेशाहीचे
खंत मनी पुन्हा पडद्यावर तुला न पाहण्याचे
मी एका ताऱ्याला तुटताना पाहिले
दुःख लपवून तया हसताना पाहिले..

रिकामा वर्ग

अंधाराचे गाणे आता ओठावरती रुजवून ठेवतोय

आठवांच्या गर्दीमध्ये फिक्या आसवांना विणतोय

हिरमुसल्या ओठांवरी केविलवाणी कथा मांडतोय

अंगावर साचलेला तो धूळ फुंकर मारून उडवतोय

होय तुमचाच बंद रिकामा वर्ग बोलतोय

जुन्या आठवणी आज पुन्हा उलगडतोय

भिंतीवरल्या जाळ्यांशी आता संवाद साधतोय

अंधारल्या खिडक्यात चाहुल मुलांची शोधतोय

एकांतवासात गुरफटताना गहिवरूनच जातोय

सुन्या ह्या मैफिलीच्या फुलण्याची वाट पाहतोय

एकेकाळी माझ्यातही गोंधळ व्हायचा

मागच्या बेंचपासून धिंगाणा चालायचा

शिक्षक समोरून खडू फेकून मारायचा

आगाऊ एक विद्यार्थी कॅचच झेलायचा

होय तुमचाच बंद रिकामा वर्ग बोलतोय

जुन्या आठवणी आज पुन्हा उलगडतोय

इथे आलेला हरएक नवनवीन स्वप्न विनायचा

कुणी प्रेमात कुणी मैत्रीत पुरता बुडून जायचा

कुशीतल्या लेकरांना माझाच लळा लागायचा

गंधाळलेल्या क्षणांतच नात्यांचा बंध घडायचा

माझ्याही बेंचवर कुणी नाव कोरत होते

माझ्याही बेंचखाली जेवण चालले होते

किती गोड पाखरांच्या स्मृतींचा साक्षीदार

कुठे उडून गेला त्यांचा थवा आज आरपार

होय तुमचाच बंद रिकामा वर्ग बोलतोय

जुन्या आठवणी आज पुन्हा उलगडतोय

या फळावर सुविचार गेले लिहिले

या खिडकीतून किती दृश्य पाहिले

वर्गाबाहेर किती जणांना शिक्षा भेटे

मस्ती त्यांची पाहून मी खुदकन हसे

गडबडीत इथल्या एकांत माझा मिटून जायचा

हिंदूमुस्लिम एकच पुस्तकात मिसळुन जायचा

इथे प्रत्येकजण एकमेकांच्या डब्यांवर तुटायचा

काळा गोरा मैत्रीत प्रत्येक रंग मिसळुन जायचा

होय तुमचाच बंद रिकामा वर्ग बोलतोय

जुन्या आठवणी आज पुन्हा उलगडतोय

हुशार मठ्ठ प्रत्येकजण इथल्या बाकांवर टेकायचा

चेहेऱ्यावरचा भाव प्रत्येकाची कथा सांगुन जायचा

वर्षभर दंगा मस्तीत प्रत्येक जण बुडूनच जायचा

परिक्षेत मात्र इथे प्रत्येकाचा घाम फुटुन जायचा

परीक्षेत असताना सर्रास चिटींग चाले

एकमेका सहाय्य करी सर्व पास झाले

कुणाचे कोवळे प्रेम फुलताना पाहिले

तर कुणाचे ह्रदय तुटलेले पण पाहिले

होय तुमचाच बंद रिकामा वर्ग बोलतोय

जुन्या आठवणी आज पुन्हा उलगडतोय

किती कृष्ण-सुदामा माझ्यामुळे बनले

किती द्रोण-अर्जुन माझ्यासमोर घडले

किती प्रेमपत्रे कोपऱ्यात लिहिली गेली

नकाशे चिठ्ठ्या बॉलिवूड किती खेळी

कुठून तो एक विषाणू दूरदेशाहून येतो

पाखरांना घरटे सोडून पळवून लावतो

ज्यांच्यामुळे अस्तित्व होते तेच दुरावले

एकांत भोगताना का डोळे भरून आले

गजबजलेल्या वर्गात भनानी सुटलीय

माझ्या बेंचेसवर आज धूळ साचलीय

पाखरांचा किलबिलाट झाला नाहीसा

जुन्या आठवणीत मी रडतोय काहिसा

ऑनलाईन स्क्रीनवर वर्गाची माया भेटेल ?

घरी बसून मैत्री काय असते कस कळेल ?

शिक्षक विद्‌यार्थ्यांना भाव कसे समजेल ?

वर्गाची शिस्त ऑनलाईन कस हो भेटेल ?

होय तुमचाच बंद रिकामा वर्ग बोलतोय

कुण्या गुन्ह्याची सांगा शिक्षा मी भोगतोय ?

पारंब्यापरी जीवन माझे

पारंब्यापरी जीवन माझे

ना वृक्षाचे नाही भूमीचे

होतोय मनात कोंडमारा

भावनांचा किती पसारा

पारंब्यापरी जीवन माझे

घुसमटीत असे संपू पाहे

व्यक्त कुठे करू भावना

प्रेमासाठी किती यातना

पारंब्यापरी जीवन माझे

लोकांसाठी मुखवटे घाले

माझी व्यथा कुणा न कळे

मिठीसाठीच हे हृदय तरसे

वासनाचिखली कमळ शोधे

स्वतःपासून का मी असे पळे

नजरे चोरता देह माझे थकले

पुन्हा जन्म नको प्रार्थना निघे

मानवतेची पताका

कोरोना विषाणूने महामारी आणली
माणुसकी सत्वपरीक्षा देऊ लागली
डॉक्टर पोलीस शास्त्रज्ञ लागे कामाला
समाजासाठी विसरे ते सारे आरामाला
प्राण वाचावे म्हणून जीवाचे रान करताय
डोळ्यावरची झोप फुंकर मारून उडवताय
मास्कसॅनिटायजर वापरा मीडिया ओरडताय
व्यवस्थेवर क्षमतेहून अधिक ताण पडलाय
लोक ऑक्सिजनविना तडफडून मरताय
डॉक्टर त्यांचे आक्रोश मूकपणे ऐकताय
कितीतरी रुग्ण बेडसाठी प्रतीक्षा करताय
परिवार वाचावा म्हणून देवाची धाव घेताय
कुठे लग्न कार्यक्रम तर कुठे रॅली निघाल्या
कोरोना संपला ह्या अफवा उठवल्या गेल्या

विषाणूने पण मग त्याचे अस्तित्व दाखवले
हा हा म्हणता कित्येकांचे प्राण त्याने घेतले
कळवळीने सांगतो की आता तरी समजून घ्या
स्वतःचे, कुटुंबाचे, समाजाचे तुम्ही आरोग्य जपा
कोरोनायोद्धे तुम्ही मात्र समाजासाठी लढत रहा
महामारीतही मानवतेची पताका उंच फडकवत रहा..

माझा मित्र

माझा मित्र माझ्यासमोर कापला जात होता
काळ्या कुऱ्हाडीचा घाव बसला जात होता..
तो मात्र दयनीय नजरेने माझ्याकडे पाहत होता
बालपणीच्या आठवणींचा मोबदला मागत होता
त्याच्याभोवती लहानपणी रिंगारोजेस खेळलो
आई चिडली तेव्हा त्याच्यावर जाऊन चढलो
दिले त्यानेही फळे फुले आणि सावली घनदाट
मंत्रमुग्ध करेल असा त्या पाखरांचा किलबिलाट
पण आज मी त्याचा मित्र म्हणून उभा नव्हतो
अधिकारी म्हणून मी स्वतःच्याच धुंदीत होतो
त्याचा गगनभेदी आक्रोश येत होता कानाला
पण गप्प मी होतो कारण सवाल होता पोटाचा
विकासासाठी नेहमी निसर्गाचा बळी लागतो का?
पर्यावरण बिघडवून विकास तरी साध्य होतो का ?

कदाचित भरेलही ती प्रगती पैश्याने तुमचे खिसे

पण पुन्हा कधीकस उगवणार ती कापलेली झाडे ?

माझा तो मित्र मरताना तळतळाट देऊन गेला

पाखऱ्यांच्या भेदक नजरा प्रश्न विचारून गेल्या

लहानपणी अल्लड तू मला घट्ट मिठी मारायचा

आता शिकलाय तर लागलाय गळा कापायला..

दारू

लॉकडाऊनमध्ये दारूची दुकाने बंदच होती
काही काळ का होईना घरी मारहाण नव्हती
बापाला लेकरांनी आज शुद्धीत पाहिले होते
बायकोची कमाई आता नाही दारूवर लुटले
दारू तरूणांसाठी फक्त जीवनाची मजा होती
मार खाणाऱ्या बायकोसाठी तर सवतच होती
आईला मार खाताना पाहून ती लेकरे रडायची
दारू का बनवली हा प्रश्न देवाला विचारायची
चार दिवस का होईना बाप घरी होता
घरच्यांसोबत चार शब्द बोलत होता
सरकारला मात्र हे सुख बघवले नाही
महसूलासाठी दुसरा मार्ग सुचला नाही
शेवटी दारूची दुकाने पुन्हा उघडली गेली
विषाणू विसरून भलीमोठी लाईन लागली

पुन्हा घरात ऐकू येऊ लागल्या त्या घाण शिव्या
सरकार खुश कारण तिजोऱ्या होत्या ना भरल्या
महसूल जरी वाढला पण नीतिमत्ता खालावली
सवत आली म्हणून त्या बायकात नाराजी होती
तिजोरी भरली सरकार सांगे सर्व पत्रकारांना
नजर कशी भिडवणार त्रस्त बायकालेकरांना..

दारू नसती तर

दारू नसती तर किती छान असते
माझे बाबा कायम शुद्धीवर असते
आईला रात्री फटके बसले नसते
रडून रडून तिचे नेत्र सुजले नसते

दारू नसती तर किती छान असते
बाबांना कुणी बेवडे म्हणले नसते
शांततेत झाला असता अभ्यास
बाबांचा नसता आला घाण वास

दारू नसती तर किती छान असते
किती सारे पैसे ते वाया गेले नसते
शाळेत मला कुणी चिडवले नसते
माझ्या आईच्या मुखी हास्य असते

मारल्या असत्या बाबांसोबत गप्पा
दारुड्याची लेकरे हा नसता ठप्पा
असते माझेही कुटुंब आनंदी सुखी
जर या जगात दारूची दुकाने नसती !

आम्ही जातो आमुच्या गावा

मनात मळ का पाहावे रुप आरश्यात
रक्त सारखे का भेद माणसामाणसात
ईश्वर सर्वत्र का शोधावा फक्त मंदिरात
शाश्वत देह चारित्र्य शोधावे ते ह्रदयात
ना करावी निंदा मुद्दाम कुणा हिनवाया
आपल्या पापांची आपल्यावरीच छाया
साधावा प्रपंच धरावी न कसली माया
आयुष्य एकच घालू नये मोहात वाया
नसावे मनावर पापकर्माचे ते ओझे
प्रामाणिक जगे तोची शांततेत निजे
पेटवावे मनात ज्ञानाचे उज्वल दिवे
त्यागावे दुर्जना जगावे सज्जनासवे
गोपींची आसवे कान्हाला न दिसणार
मथुरेकडे जाताना वळूनही न बघणार

आठवणी श्यामच्या जीवनभर छळणार

दूर जाऊनी गोविंद सदा जवळ असणार

थकला आत्मा आता द्यावी देवा मुक्ती

संपली आसवे नेत्रातील नसे उरी शक्ती

आता देवा सहनशक्तीचा अंत न पहावा

निरोप देऊनी शेवटचा गाठ न धरावा

आम्ही जातो आमुच्या गावा

आमुचा रामराम घ्यावा

आमुचा रामराम घ्यावा....!!!

तो वृद्ध कवी

तो वृद्ध कवी आज पुन्हा हताश झाला होता
शब्दधुरंधरला आज शब्दबाण टोचला होता
एकेकाळी लागल्या होत्या घरासमोर रांगा
आता लोक म्हणतात तुमचा जमाना गेला
त्याला सवय अर्थपूर्ण ओळींची
गट्टी जमली नाही "कुल" शब्दांशी
शारदेचा वरदहस्त अजूनही होता डोक्यावर
कुणास ठाऊक लक्ष्मी रुसली आज त्याच्यावर ?
आधी त्याची लेखणी परीस भासायची
जी एखाद्या शब्दाचे पण सोने करायची
सारखीच लेखणी तरी समाज बदलला
तो मात्र अजूनही संस्कारात अडकलेला
फाटकी बॅग आणि वह्या घेऊन फिरत होता
पोटासाठी तो आपली कला विकणार होता

आता मात्र आधीसारखे रसिक उरले नव्हते

त्या कविता आता फक्त अडगळ बनले होते

घरी आजारी बायको वाट त्याची पाहायची

खोकलत का होईना त्याला बळ ती द्यायची

काळाच्या ओघात तो मागे पडला होता..

शारदेचा तो पुत्र आज हताश झाला होता..

ठेवलेली

जगासाठी ती ठेवलेली बाई होती

माझ्यासाठी ती मायाळू आई होती

जगाने शोधले चारित्र्य तिच्या योनीत

मी मात्र शोधले हृदयाच्या ओंजळीत

समाजाने कितीदा तरी तिला हिनवले

माणूस असून पशुसम तिला वागवले

तिच्या मनी न द्‌वेष न कधी सूडभावना

हास्य आणता मुखी माफ केले सर्वांना

कळले नाही जगा माझी आईचे पावित्र्य

चिखलातल्या कमळासम तिचे चारित्र्य

आयुष्याचे सोने करणारी होती ती पारस

भाग्यवंत मी ठरलो तिचा हक्काचा वारस

समाजाने नाकारलेली एका पुरुषाने ठेवलेली

पुरुषांच्या त्या क्रूर वासनेला बळी ती पडलेली

इतके शोषण होऊनि माणुसकी उरी जपलेली

अपमान येऊनि पदरी संस्कार मुला देऊन गेलेली !

राष्ट्रधर्म

धर्माच्या नावाखाली झाला अधर्म
समुद्राहून येऊन केला क्रूर कुकर्म
हादरले शहर भयकंपित पूर्ण देश
दहशतीला चढला कसला आवेश
होऊ लागला नागरिकांवर बेधुंद गोळीबार
तांडव मृत्यूचे ऐसे रक्ताचे थेंबे उडे आरपार
सामान्य माणूस कसा झोपेल या काळरात्री
कितींचे मरण वाढले नियतीच्या लालपात्री
अनोळखी पण मरणारे होते शेवटी माणसेच
आप्तांना सोडूनि गेले अत्यंयात्रेला ते एकटेच
लागत नव्हता एका पत्नीचा फोन पतीला
रडत होती मुले चिंता लागे आईवडिलांना
संपले शहरात मृत्यूतांडव पार तीन दिवसांनी
किती कुंकू पुसुनि कित्येकांना अनाथ करुनि

वाटे खचेल भारत मनाने भ्याड हल्ला होऊनि
पण उभा देश आजही एकीचे बळ दाखवुनी
शहीद पोलीस सारे करुनि गेले देशाला ऋणी
लढले शत्रूंशी धीराने न ठेवुनी भय कसले मनी
कंठस्नान घातले शत्रूस घेऊनि गोळ्या छातीवर
स्वार्थ मनात न आणला फक्त प्रेम केले मातीवर
मिटले सारे जे गेले होते संस्कृती मिटवाया
राहिली मात्र भरतभूमी ज्ञानदिवा पेटवाया
झेलल्या अश्या किती तलवारी अन गोळ्या
पण उभे ठाकलो पुन्हा राष्ट्रधर्म तो राखाया !

कार्यकर्ता

तो निष्ठावंत कार्यकर्ता साहेबांचा

जवळचा नसला तरी विश्वासाचा

साहेबांचे आशीर्वाद त्याच्यासंगे

राडे करायला तो पुढेमागे न बघे

जोश त्याच्यात ठासून भरलेला

फोडी डोकी आदेश जर भेटला

बसा-कारांची काची फोडायचा

दंगे घालुनी लाठीमारही खायचा

पाठीवरी हात फिरवला साहेबांनी

तेच त्याची लाखमोलाची आमदनी

विवेक स्वतःचा ठेवे तो गहाण

बाकीचे मूर्ख एक साहेब महान

बाप म्हातारा रोज त्याला रागवायचा

हा मात्र पिऊन खुर्चीचे स्वप्ने पहायचा

नोकरीकमाईचे झाले होते मोठे वांदे
याच्या नशिबी उरे आश्वासनाचे कांदे
साहेब जिंकले तर हा गुलाल उडवे
जणू याचेच लग्न आहे इतका नाचे
दारूचे पैसे भेटले तर आसमंत ठेंगणे
साहेब जणू याला मग देवमाणूस वाटे
साहेब रातोरात पक्ष बदलतात
मिठाईसोबत पैसेपण लोटतात
कार्यकर्ता तरीही बाजू उचलतो
हाणामारी करेपर्यंत वाद घालतो
कार्यकर्तोला कुणी विचारत नाही
घेताना मोठमोठे राजकीय निर्णय
महालातला राजपुत्र बसे खुर्चीवरी
त्याच्याच भोवती बनत जाते वलय
सिगारेट ओढतओढत तरुणाई नासली

शिक्षणनोकरीची गरज तया न भासली
कळले न कुणा साहेबाची गाठ आतली
मावळ्यांच्या वेषात मोगलाईच नांदली

कातरवेळ

आई कस सांगू कातरवेळात अडकलोय

जीवन संपेल अश्या दलदलीत फसलोय

स्वप्नांचा सूर्य दिसतोय मला मावळताना

अंधाररात जीवनाची दिसे जवळ येताना

काय चूक होती माझी पाहिली मोठी स्वप्ने

जमीन गहाण ठेवून तूपण हाती ठेवले पैसे

घेतली मी रूम आणि लागलो अभ्यासाला

रातीचे दिन केले मोठा अधिकारी बनायला

फासे उलटे पडले ओंजळीत आले अपयश

स्वप्नांवर माझ्या क्रूर नियतीने केला तो दंश

मी केले प्रयत्न पण झाल्याच नाही ग परीक्षा

व्यवस्था पडली थंड महामारीने दिली शिक्षा

वाढू लागले वय स्वप्ने झाली मग धूसर

पैश्याची गरज वाटे सुखाचा पडे विसर

कस ग आई मी मिळवू तुझ्याशी नजर

टोमण्याने जीव घेतील लोक भेटले तर

आता वाटतेय खरच चुकला माझा निर्णय

भुरळ घातले मला अधिकारीपदाचे वलय

पण आई झुंजणार मी आता शेवटपर्यंत

तोंड दाखवेल तुला जिंकुनीच ही शर्यत

सरून जाईल आयुष्याचा हा अज्ञातवास

सुटेल जीवघेणा बेरोजगारीचा गळफास

संपेल ही कातरवेळ संपेल ही काळरात्र

सूर्य उगवेल नवा मनी संयमाचे ते शास्त्र !

बालपण कुठेतरी हरवले

पॉर्नच्या मायाजाळ्यात
निरागस ते प्रेम हरवले
स्मार्टफोनच्या या जगात
बालपण कुठेतरी हरवले

वडिलांच्या नावावरून चिडवणारे आम्ही
इंग्रजी शिव्या ओकून शान मारणारे तुम्ही
बागेत फिरून मित्रमैत्रीण जमवणारे आम्ही
फेसबुकवर चॅट करून फ्रेंड कमावणारे तुम्ही

मैदानाच्या मातीत खेळुनी अंग केले घाण
आनंद मनाला तो मिळत जरी नव्हता मान
व्हिडीओगेम्स खेळून दोन डोळे बिघडवणारे
खेळात झालेल्या जखमा तुम्हा काय कळणारे ?

मातीचे किल्ले बनवले आम्ही अंगणात
पत्त्यांचे बंगलेही नसे तुमच्या नशिबात
किती दिवाळी अंक मासिके कपाटात
अभ्यासापुढे तुमच्या न काही दृष्टीक्षेपात

युट्यूबची गरज नव्हती आजीच्या गोष्टी ऐकायला
रिल्सवरचे व्युज नव्हते सुखाची पातळी ठरवायला
मन भरुनी जगलो ते दिवसे सुंदर बालपण आमुचे
ताण किती स्पर्धा जीवघेणी बालपण तुमचे हरवले !

हत्येचे कोडे

त्याने आत्महत्या केली होती
एकप्रकारची ती हत्याच होती
दोषी जरी सर्वांना तोच वाटला
पण खरा गुन्हेगार मात्र निसटला

छळले होते त्याला लोकांनी
मेल्यानंतर वेडे ठरवले सर्वांनी
देहावरील जखमा सर्व बघतात
मनावरील घाव अदृश्य राहतात

रात्री त्याने कितीतरी गाळली आसवे
त्यालाही वाटले कुणाशीतरी बोलावे
पण संवाद साधणारा कुणी न भेटला
माणसांच्या गर्दीत तो एकटाच राहिला

सर्वजण त्यांच्या त्यांच्या कामात व्यग्र
मित्र निघाले स्वार्थी तो नैराश्यात मग्न
कलेतून झाला व्यक्त संताप होई नग्न
भेटे न साथी एकटेपणाशी झाले लग्न

कंटाळूनि जीवनाला फासावर लटकला
त्रास त्याचा जगात कुणालाच न कळला
लोकांनी किती निष्ठुरतेने पळपुटा ठरवला
जीवन ओझे बनले मृत्यूला तो कवटाळला

समाज हत्या करतो समाजच नावे ठेवतो
आधी अबोला मग सहानुभूती दाखवतो
जिवंतपणी यातना देतो मेल्यावर पूजतो
उपाशी ठेवे आधी मग गोडजेवण ठेवतो

नसतात आत्महत्या करणारे पळपुटे
काही जीवनाला खरच कंटाळलेले
देहाआधी त्यांचे मनच मरते
हत्येचे कोडे अनुत्तरित राहते !

5. “ वैचारिक कविता ”

" वैचारिक कविता " असा कोणता भाग बनेल अशी मनात काडीमात्र कल्पना नव्हती. पण काही कविता मी अश्या रेखाटल्या ज्या कोणत्याच श्रेणीत बसत नव्हत्या. खूपदा जीवनाच्या कटू सत्याशी त्या निगडित होत्या. अनुभवाला शब्दात उतरवत होत्या. निसर्गाचे वर्णन गात होत्या. आसवांना मोकळी वाट देत होत्या. पाठीवर हात ठेवून आधार देत होत्या. यात काही प्रेरणादायी कविताही आहेत. वाचकांनी नक्की आस्वाद घ्यावा.

एकांत

एकटेपणा नको एकांत हवा

दिसावा नभी आठवांचा थवा

व्हावे स्वतःच्याच विश्वि दंग

शोधावे आपलेच नवनवे रंग

नकोशी आता माणसांची गर्दी

विचारांच्या गर्दीत हरवेल दर्दी

करावे शांत मनी उठलेले काहूर

जगावे सुंदर आयुष्य क्षणभंगुर

नाही होणार एकांती दोषारोप

येणार नाही विनाकारण कोप

मुखावरी नसे कसलेच मुखवटे

हास्य वा आसवे मूळरुपी दिसे

एकांतात घेतो स्वतःचा नव्याने शोध

निरागस चुकांमधून घेतो नवीन बोध

थोडा का होईना हवा हक्काचा एकांत

विचारसागरात बुडेल जिथे मी निवांत !

पहिला पाऊस

तप्त झाली होती भूमी सूर्यतापाने
आर्जवे ऐकली प्रकृतीची देवइंद्राने
फुंकर मारावी कुणी ऐसेच जाहिले
गार वारा तो मनहृदय स्पर्शूनी गेले
ती मातीही खूप दिनाची आसुसलेली
व्यक्त करे ती कविता आत लपवलेली
तृप्त करे प्रत्येकास सुगंध तो दरवळला
शब्द पडे अपुरे प्रसन्नता अशी देऊन गेला
जगातले महागडे अत्तर त्यासमोर हीन
मानवसंगे निसर्गाची जुळली नूतन वीण
मग वरच्या आकाशात वीज ती चमकली
जणू येणाऱ्या पावसाची पूर्वसूचना दिली
गळू लागले टपोरे मोती त्या कृष्णमेघातूनी
तहान भागे पृथ्वीची मरगळ मिटे मनातूनी

संपला उष्णताप भिजला पूर्ण देह पावसाने

नूतन अंकुर फुटले जन्मही मिळे मज नव्याने !

विसरून जाशील का

जुना राग विसरून जाशील का ?

पुन्हा एकदा मज बोलशील का ?

पुन्हा फुलवू मैत्रीचा तो वसंत

दे शत्रुत्वाला थोडा तरी उसंत

जुने भांडणे विसरून जाशील का ?

पुन्हा धागे स्नेहबंधाचे जोडशील ना ?

अश्रू आटले तुझ्यासाठी रडून नेत्रातले

माझ्या वेदना तुज एकदाही न दिसले

जुना अहंकार विसरुन जाशील का ?

मोठ्या मनाने मज माफ करशील का ?

नाते तुटलेले मला कधीच नाही आवडत

वेडे माझे मन अजूनही बसते वाट पाहत

जुन्या मैत्रीसाठी नवीन शत्रुत्व विसरणार का ?

एकदा तरी माझ्या मिठीत परत शिरणार ना ?

उरलेल्या जीवनी अजून सुंदर आठवणी बनवू

कटू त्या आठवणी याच जीवनी विसरून जाऊ !

येशील का तू परत आयुष्यात

येशील का तू परत आयुष्यात
कैद होशील का परत हृदयात
सुजले डोळे तुझ्यासाठी रडून
एकदा तर पहा ना मागे वळून
तुझ्यावर कितीतरी काव्ये लिहिली
भेटीची इच्छा मात्र अपुरीच राहली
प्रेम नको किमान मैत्री तर ठेवायची
इतकी निष्ठुरता हृदयी का जपायची
मला रडवून तू आनंदी राहू शकशील ?
आठवणी दोघांच्या तुलाही छळतील
एकदा तरी स्वतःहून हाक मज मार
देऊनी माफी उतरव माझ्यावरी भार
सोडून दे राग जीवन हे लहान
मैत्री ती राखून तूच बन महान

अडक तू स्नेहाच्या पिंजऱ्यात

येशील का तू परत आयुष्यात ?

नसतात ते तसे जवळचे

नसतात ते तसे जवळचे

तरी का वाटतात आपले

न भेटताही बंध जुळतात

चेहऱ्यावर हास्य आणतात

नसतात ते तसे जवळचे

तरी वाटत नाही ते परके

ताण क्षणार्धात घालवतात

दुरूनच जणू मिठी मारतात

नसतात ते तसे जवळचे

हृदय होऊन जाते त्यांचे

त्यांच्या सुखात सुख वाटते

रहस्य हे कधी न उलगडते

नसतात ते तसे जवळचे

मनाला मात्र ते वाटे सखे

दुरूनच त्यांना मी पाहतो

भेटीचे वर देवाला मागतो

आपलेच लोक जेव्हा दुखावतात

यांना पाहूनच मने दुःखे गिळतात

काही न करता किती पुण्यप्रभाव

आनंद देतातच मिळवे आदरभाव..

खूप काही सांगून जातात

खूप काही सांगून जातात

आठवणी का ग छळतात

सतत ते हृदयी डोकावतात

डोळे ओले करूनच जातात

खूप काही सांगून जातात

विचारांचा ते पूल बांधतात

भूतकाळात मज आणतात

जणू मनाचा अंत पाहतात

कधी ओठांवर हसू आणतात

गेलेले क्षण पुन्हा जगवतात

झुळूक बनून प्रसन्नता देतात

त्या खूप काही सांगून जातात

आठवणी जीवनाची कमाई असते

चांगलेवाईट ती शिकवणारी असते

किती जगलोय याची कबुली असते

भूतकाळाची संचित कमाईच असते

हळव्या ह्रदयाला काटेच टोचवतात

भावनांचा मनात त्या पूरच आणतात

अबोल असूनही खूप बोलून जातात

आठवणी खूप काही सांगून जातात..

स्वप्नांचे

आहेत झेंडे स्वप्नांचे

हृदया याजले त्या उच्च ध्यासाचे

आज ऐकुनी घे कटू बोल लोकांचे

नियती देईलच फळ तुझ्या कष्टाचे

फडकवायचे आहेत झेंडे स्वप्नांचे

भविष्याच्या गर्भातल्या जीवनाचे

दाखवू जगाला बळ ह्या मनगटांचे

लक्ष्य गाठू घेऊनि शस्त्र निश्चयाचे

फडकवायचे आहेत झेंडे स्वप्नांचे

जिंकायचे युद्‌ध ते स्वतः सोबतचे

स्पर्धा आहे तुझी तुजियासोबती

विश्वास बुद्‌धीचा बाहू बलावरती

फडकवायचे आहेत झेंडे स्वप्नांचे

सार्थक करायचे तुज ह्या जन्माचे

पांग फेडायचे आहेत आईबापांचे

लौकिक गाजवायचे तुज कुटूंबाचे

फडकवायचे आहेत झेंडे स्वप्नांचे

मित्रांस तुझा अभिमान वाटे ऐसे

नावापेक्षा कर्तृत्वाने ओळख व्हावी

तुझ्यापासून इतरांना प्रेरणा मिळावी

आज जरी लोक तुला टाळत असतील

मित्रमैत्रिणी तुज दुर्लक्ष करत असतील

तरी ही वेळ पण मित्रा निघून जाईल

अस्मानी तुझे पण सितारे चमकतील

यश तुला कधी न कधी भेटेलच

थांबू नको तू नियती क्रूर हरेलच

जिंकणारा अकबर जरी सम्राट बनला

लढणारा महाराणा इतिहासी गाजला

संघर्षानेच माणसाचे चरित्र उजळते

चंदन घासतो तेव्हाच सुगंध दरवळे
झटकून थकवा लाग आता कामाला
सातत्याने श्रम करुनि गाठ ध्येयाला
सुरू कर तू आज यज्ञ लक्ष्यप्राप्तीचा
समिधा टाक यज्ञकुंडात मोह भावना
दे लक्ष्याला जोड सामाजिक हिताची
पर्वा नको करू लोकांच्या बोलण्याची
मान्य की वाटेत अडचणी खूप आहेत
विचलित करणाऱ्या गोष्टी खूप आहेत
जखमा योध्याचे पारितोषिक असतात
देही वा मनी जखमा पवित्रच राहतात
उद्या उगवणारा दिवस तुझाच असेल
सर्वांच्या मुखी तुझेच नाव बघ असेल
डोळे फाडून दिवस बनव मित्रा रात्रीचे
फडकवायचे आहेत झेंडे स्वप्नांचे..

त्या वळणावर पाऊस होता

त्या वळणावर पाऊस होता

जणू मलाच खुणावत होता

ये इकडे आणि जा भिजून

काय जगशील असे लाजून

भिजव देहाला आणि मनाला

कोरडे पडून गेलेल्या हृदयाला

हा पाऊस आनंद देईल तुला

मित्रासारखी मिठी देईल तुला

हरवलेले बालपण जगून घे

पावसात तू पोटभर रडून घे

पावसात अश्रू दिसणार नाही

कुणी कमजोर मानणार नाही

मातीचा सुगंध साठवून ठेव तू

ओल्या चिखलात पाय बुडव तू

निसर्ग मानवाला सुख देतो ना ते हे असं

मॉडर्न असलेल्याना समजत नाही कस ?

खूप असह्य होतोय मज एकटेपणा

खूप असह्य होतोय मज एकटेपणा

तू नसता अर्थ कसला माझ्या जीवना

येऊन एकदा बघ चेहरा केविलवाणा

लवकर ये तू करुनि काहीतरी बहाणा

खूप असह्य होतोय मज एकटेपणा

कोण देईल मज प्रेमाचा तो किनारा

तुला विसरायचे प्रयत्न सारे व्यर्थ गेले

आठवणीच्या आगीत हृदयच होरपळले

खूप असह्य होतोय मज एकटेपणा

हवाय मला तुझ्या मिठीचा ठिकाणा

चार क्षण तुजसंग घालवायचे आहेत

चार पावले तुजसंग चालायचे आहेत

खूप असह्य होतोय मज एकटेपणा

मनी जाणवे भावनांचा रिकामेपणा
मग काव्ये रचून मनाचे सांत्वन करतो
तू नाहीस तरी तुझा सहवास घडवतो
खूप असह्य होतोय मज एकटेपणा
लवकर भेट मज सोडूनि तो मीपणा
तू माझ्या भावविश्वाचा आहेस कणा
उडणाऱ्या मनाचा तूच ठावठिकाणा

लेखकाचा वाढदिवस

एका लेखकाचा वाढदिवस होता
सवयीने त्याने तो गूढ ठेवला होता
पण लेखकाचा तो बेत फुटला होता
दरवाजा कुणितरी वाजवला होता
कितीतरी लोक दारात उभे होते
आत येऊ का त्याला विचारत होते
त्याला सर्वजण ओळखीचे वाटले
कुणास ठाऊक पण जवळचे वाटले
लेखकच तो म्हणून जास्त बोलत नव्हता
लोकांचे निरीक्षण करण्यात तो गुंग होता
आम्ही तुमचीच अपत्ये एकजण बोलला
आता मात्र लेखक मुळापासून घाबरला
तुम्हीच लेखणीने आम्हाला जन्म दिला
तुम्हीच बुध्दीने आम्हाला आकार दिला

तुमच्या डायरीच्या पानांवर आम्ही वाढलो

तुमच्या वाचकांच्या प्रेमामुळे जिवंत झालो

आलोय तुमचा वाढदिवस साजरा करायला

जन्म देणाऱ्या लेखकाचे आभार मानायला

भविष्यातही तुमची लेखणी अशीच गाजावी

तुमच्या कथेत दुनियेची सारी रूपे दिसावी

आभार तर मी मानायला हवे लेखक म्हणला

मी नाही तुम्हीच जन्म दिलाय ह्या लेखकाला

मी तर शब्दांच्या विटांनी मूर्तस्वरूप दिले विचारांना

भूमिकांची भेट सोडून कोणती भेट हवी लेखकाला ?

तुम्हीच माझ्या विचारांचा झेंडा सगळीकडे फडकवला

तुमच्यामुळेच माझा भावविश्व वाचकांपर्यंत पोहोचला

एकटेपणात तुम्हीच तर माझ्या खांद्यावर हात ठेवला

अंधारमय झालेल्या जीवनात तुम्हीच मार्ग दाखवला

तुम्हीच माझ्या भावनांचे ओझे हलके केले

तुमच्यामुळेच तर मला व्यक्त व्हायचे कळले

ऋण तुमचे मी आजन्म फेडू शकणार नाही

तुमचे आभार मी शब्दात मांडू शकणार नाही !

कल्पनेने भरलेले जग जगले

भूमिकेत सारे प्राण ते ओतले
संवादात स्वतःचे भाव घातले
वेगळे भावविश्व निर्माण केले
कल्पनेने भरलेले जग जगले

हरवलेले सुख कथेत शोधले
प्रेमाचे सडे तिथेची शिंपडले
ओले झाले मन माझे कोरडे
कल्पनेने भरलेले जग जगले

बंदिस्त विचार व्यक्त ते केले
पात्रांच्या जगात ह्रदय रमले
भावनांचे ते ओझे उतरवले
कल्पनेने भरलेले जग जगले

जरी खऱ्या जीवनाने रडवले
घास प्रेमाचे कायमच दुरावले

तरी पात्रे नेहमी सुखी रेखाटले
कल्पनेने भरलेले जग जगले
वादळे आतले शांत ते केले
शब्दसागरी मोती जमा केले
नूतन सृष्टीचे ब्रह्मपद कमावले
कल्पनेने भरलेले जग जगले !

भयच वाटते

स्वप्नेइच्छा माझ्या त्या काचेसारख्या
तुटल्या इतक्या न जुळण्यासारख्या
नवे नाते जीवनात नकोसेच वाटते
पुन्हा मन गुंतवण्याचे भयच वाटते
शोधत होतो मी पण प्रेम जगात
भेटली आसवेच ती मोबदल्यात
पुन्हा अश्रू गाळायला नकोसे वाटते
पुन्हा मन गुंतवण्याचे भयच वाटते
काहीजण काढतात अर्थाचे अनर्थ
कितीही समजवावे सारे यत्न व्यर्थ
ते संवादच साधायचे नकोसे वाटते
पुन्हा मन गुंतवण्याचे भयच वाटते
वापर केला गेला स्वार्थी या दुनियेत
हळवेपण संपले अबोल त्या वेदनेत

नवे बंध जोडायला नकोसेच वाटते

पुन्हा मन गुंतवण्याचे भयच वाटते !

लेखन करणे अवघड असते

डोक्यात आणणे सीन्स कथेचे

बटन दाबत बसणे ते कीबोर्डचे

शुद्धलेखन वगैरे दुरुस्त करणे

लेखन करणे अवघड असते

विचार करावा लागतो वाचकांचा

कथेतून जाणाऱ्या त्या संदेशांचा

व्हावे लागते खूपदा संवेदनशील

चालत नाही हो राहुनी ते गाफील

घरच्यांचेही बसतात किती टोमणे

कोणासोबत बोलतो सांगच म्हणे

लेखनाने पोटाची भूक न भागणारे

पण मनाची भूक त्यांना न कळणारे

शेवटी होऊन जातो पार्ट तो पोस्ट

किती लेट अन छोटा तक्रारी मोस्ट

नकारात्मक अप्रामाणिक समीक्षा
काहींची नुसती खेचण्याचीच इच्छा
काहीजण करतात कौतुक तोंडभरून
तेव्हा लेखकाचा वाहे आनंद ओसंडून
कारण त्याने पाहिले भावविश्व ते जगून
स्वतःचे प्राण काल्पनिक पात्रात ओतून
लेखन करणे काम नाही येड्यागबाळ्याचे
शब्दांशी खेळणे भाग्य शारदेच्याच भक्ताचे
लेखक समाजाचा आरसा सूर्य नवविचारांचे
तलवारीहून धारदार ताकद असे लेखणीचे !

मिठी

कधी तर दे घट्ट मिठी तू स्वतःला
मिटवून टाक एकटेपणा आतला
मी आहे सोबत सांग तू हे मनाला
हलकी फुंकर मार त्या जखमांना
शिक तूही स्वतःवर प्रेम करायला
शिक तुपण खळखळून हसायला
लोक ते तर टिपलेलेच दुखवायला
दुर्लक्ष कर तया तू शिक जगायला
तुझा पण आहे सुखावरी अधिकार
दे तू व्यक्तिमत्वाला वेगळा आकार
शोध तू प्रेम स्वतःच्याच ह्या हृदयात
नको अडकू समाजाच्या तू बंधनात
त्या मिठीत विसरून जा तू सारे दुःख
सांग मना आता ओंजळीत फक्त सुख

पुरे शोध आता दिवास्वप्नातील व्यक्तीचा

साजरा कर उत्सव स्वतःवरी प्रेम करण्याचा !

6. कौटुंबिक कविता

कुटुंब म्हणजे फक्त चार भिंतीत राहणारे लोक नसून , विश्वास , प्रेम ,आपुलकी , नाती याने बांधले गेलेला एक परिवार होय. प्रतिलिपीवर बऱ्याच कौटुंबिक कथा बऱ्याच लिहिल्या. त्यातली " राखी : धागे प्रेमाचे " कथेचा विशेष उल्लेख करावा वाटतो. एक परम नावाचा मुलगा आपल्या चार बहिणींना कसा सांभाळतो त्यावर ही कथा आहे. मग त्यात विविध प्रसंग जसे मोठ्या बहिणीचे लग्न , एका बहिणीला जेव्हा पहिल्यांदा पाळी येते , एका बहिणीची दहावी असते , एका बहिणीला बॉयफ्रेंड असल्याचे कळणे यावर विविध कविता रेखाटल्या आहेत. एका महिला वाचकाने कोरोनाकाळात आपल्या पित्यास गमावले होते. त्यांच्या इच्छेनुसार एक कविता लिहिली. प्रत्येक कवितेखाली तो प्रसंग लिहिणे व्यवहारिक वाटले नाही. वाचकांनी आपला अंदाज बांधावा. वाचकांना प्रसंग ओळखायला जड जाणार नाही. याच भागात मैत्रीवर आधारित कविताही समाविष्ट केल्या आहेत. माझे मित्र हे कुटुंबाचा भागच वाटतात. वाचकांना या कविता नक्कीच आवडतील आणि कविता वाचताना त्यांना त्यांच्या कुटुंबातले सदस्य नक्की आठवतील असा विश्वास वाटतो.

कातरवेळी

परतत होती शिवारातून कातरवेळी
पाळलेला कुत्रा अन संगे दोन शेळी
आजही जाताना पुन्हा टोचले काटे
सवय त्यांची इतकी अश्रूही न दाटे
झोपडीत खोकलत होता म्हातारा
मृत्यूच्या वाटेवरी असलेला नवरा
कळले का काही त्या मुलाबद्दल
येऊद्या एकदा घडवू मग अद्दल
मान हलवली तिने तेव्हा नकारार्थी
उत्तर देऊनी पतीस गेली चुलीवरती
टाकल्या दोन भाकऱ्या गेली झोपी
मोठं सुख गवसलं तिला मग स्वप्नी
आला होता मुलगा दूर शहराहून
माऊलीची माया वाहिली नेत्रांतून

सुनेने पाय धरले नातूही संगे होता
आजीच्या लाडाला आसुसला होता
म्हातारा नवरा तर नाचूच लागला
मुलगा परतला ओरडूच लागला
खांद्यावरी घेऊन नातूस हिंडला
म्हातारपणी पुन्हा लहान बनला
पुन्हा सकाळ झाली स्वप्न भंगले
शहरी मुलगा नाही येणार ठरले
आईवडील मुलासाठी अडाणी
गावी येण्याची लाज तया वाटी
अडकली होती ती विचित्र कातरवेळी
मृत्यूही येईना जगूही वाटेना त्याक्षणी
जगत होती मन मारून ती कुंकूसाठी
संपवून टाकेल जीवन त्या मृत्यूसाठी !

आई मला सोडून अशी कशी चालली ?

आई मला सोडून अशी कशी चालली ?

मुलाची आठवण तुला नाही सतावली ?

विचार कर मी कस जगेल ग तुझ्याविना

तू गेल्यावर अर्थ काय उरेल या जीवनाला

जरी नाही मी वीरशिवबा जिजाऊचा

नाही मी वीर अर्जुन त्या माता कुंतीचा

पण आईसाठी मुलगा खासच असतो

तिला तो यशोदेचा कान्हाच तर भासतो

आई थोडा वेळ दे तुला सर्व सुखे देईन

तुझ्या हक्काचा मान तुज मिळवून देईन

पण इतक्या लवकर नको बनू तू निष्ठुर

तुझी साथ हवीय जीवन आहे खुप क्रूर

मी नाही देत तुला सोडून जाण्याची परवानगी

आई एकच देतो देव मग का करू मी रवानगी ?

कितीतरी आनंदमोती भरायची आहेत ओंजळीत

तू अशी निघून गेलीस तर सुखच टाकेल वाळीत !

बाबा प्लिज परत फिराल का

बाबा प्लिज परत फिराल का

छकुलीला एकदा भेटाल का

डोक्यावर तो हात ठेवाल ना

पुन्हा मायेने हाक माराल ना

पडलीय तुमची मुलगी एकटी

तुमचीच लेक का झाली परकी

पाठीवरी हात ठेवा कौतुकाचा

हट्ट पुरा करा तुम्ही हा शेवटचा

खूप काही करायचे तुमच्यासाठी

कष्ट ते सोसले तुम्ही माझ्यासाठी

तुम्ही नसता प्रेरणा कुणाची घेऊ

जिंकूनही कौतुक कुणाकडून ऐकू ?

तुमच्यासंगे मिळून आईस त्रास द्यायचा

तुमच्याकडे भावाच्या तक्रारी करायच्या

तुम्हाविन कोण उरे या जगात हक्काचा

हरवे आभाळमाया क्रूर डाव ताटातुटीचा

लेक असतेच बापाच्या सर्वात जवळची

बाप असतोच हिरो लेकीच्या त्या नजरी

निष्ठुर नियतीने का करावी अशी ताटातूट

कोण भरून काढेल पितृप्रेमाची ही तूट ?

बाबा प्लिज परत फिराल का

नेत्रातले अश्रू स्वतः पुसाल का ?

कधी न नकार दिला कुण्या गोष्टीला

परतून सुख द्या तुमच्या या लेकीला !

काळजी घे छोटी

काळजी घे छोटी आता तुझा दादा नसेल
रुसत नको जाऊ समजवायला मी नसेल
आयुष्यभर साथ देण्याचे वचन ते तोडतोय
जीव वाचवण्यासाठी आज जीव सोडतोय
चुकत नको जाऊ कान खेचायला मी नसेल
जवळ जरी नसलो दुरून तुज पाहत असेल
जेवण नीट कर बळजबरी करायला मी नसेल
काळजी घे आजारपणी सांभाळाया मी नसेल
स्वतःचा आधार स्वतः बन नको ठेवू अपेक्षा
मदत नको मागू इतरांकडून स्वतः कर रक्षा
लोकांना सांगू नको कधी स्वतःची कमजोरी
बोलणारे बोलतातच नको लागून घे जिव्हारी
रक्षाबंधनभाऊबीजेला ठेव फोटोसमोर राखी
सुखात रहा तू कायम नको येऊ दे अश्रू नेत्री

भेटवस्तू आयुष्याची देऊन स्वर्गीच भेटेल

काळजी घे छोटी आता तुझा दादा नसेल

एकतरी लहान बहीण असावी

एकतरी लहान बहीण असावी

भावाला जीव लावणारी रहावी

भावाने मारल्यावर रडणारी

गुदगुल्या केल्यावर हसणारी

भांडणानंतर गाल फुगवणारी

चॉकलेट दिल्यावर खुलणारी

भावाला घरात सपोर्ट करणारी

भाऊ चिडल्यावर समजवणारी

भावाला प्रेमाने राखी बांधणारी

हक्कानेच गिफ्टचा हट्ट धरणारी

भावाला वहिनीवरून चिडवणारी

प्रेमप्रकरणात पूर्ण मदत करणारी

भावामागे भक्कम उभे राहणारी

भावाचा राग लगेच शांत करणारी

भावासोबत प्रेमाने घरघर खेळणारी

वडिलांकडे भावाची तक्रार करणारी

रक्ताच्या नात्याची जवळची सखी ती

भावाकडून लाड पुरवणारी लाडकी ती

एकतरी लहान बहीण असावी

भावाला जीव लावणारी रहावी..!!

अस अचानक का सोडून गेलास

अस अचानक का सोडून गेलास

तुझ्या मित्रांना का रडवून गेलास

मैत्रीची शपथ तू अर्ध्यावर मोडली

कस लिहू तुझ्यावर अश्रू या नयनी

अस अचानक का सोडून गेलास

काळजाला चटका देऊन गेलास

आमची आठवण नाही का आली

सोडताना हाकही का नाही मारली ?

अस अचानक का सोडून गेलास

झुंजता काळाशी का तू हरलास

अजून चार क्षण मैत्रीचे हवे होते

तू गेलास तोडूनि मैत्रीचे ते धागे

तू यापुढे कधीच दिसणार नाहीस

तू यापुढे कधीच बोलणार नाहीस

सांग तूच कस मी हे मनाला पटवू
वेदना मनाच्या काव्यात कस लिहू
किती क्षणभंगुर जीवन आणि हेवेदावे
काळ येता उडे देहपिंजऱ्यातले पाखरे
आता कसले भांडण आणि रुसवेफुगवे
मित्र नसता जीवनी मौज कसली रे उरे ?
तू जिथे आहेस आम्हाला बघतोय ना
आमच्या खांद्यावर तुझा हात आहे ना
वाऱ्याची झुळुक बनून मिठी मारशील
वचन दे पुढील जन्मीही मित्र राहशील..

माझा डुग्गू

माझा डुग्गू आहे राजकुमार

त्याच्या गळ्यात जादुई हार

डुग्गू आमचा खूपखूप हुशार

दूश्यूम करून शत्रू आर पार

माझा डुग्गू आहे राजकुमार

त्याच्याकडे मोठी पांढरी कार

आहे खूप खूप लाडका घरचा

डुग्गुने आशियाना गजबजला

माझा डुग्गू आहे राजकुमार

बाबांचे त्याच्यावर प्रेम अपार

आमचा डुग्गू आहे घरचा हिरो

त्याच्यासमोर सगळे आहे झिरो

माझा डुग्गू आहे राजकुमार

डुग्गुकडे आहे मोठी तलवार

डुग्गु रात्रीही झोपित बडबडतो

स्वप्नात गालात खुदकन हसतो.

चोरीचा मामला

चोरीचा मामला , मामाही थांबला
नवराबायकोचे खरेखोटे करायला
दूर नको जाऊ , मिठीत ये तू पाहू
रात्रभर दोघे प्रेमाचे रंग सखे उडवू
चोरीचा मामला , मामाही थांबला
उगाचच आपल्यात टांग मारायला
मीच तुझी बायको तूच माझा पती
मामा का रे बनतोय प्रद्मन एसिपी
चोरीचा मामला , बाबाही बघ आला
त्या वासावरूनच मला संशय झाला
जोडीदार बदला , पॅनिक होऊ नका
नाहीतर बाबांना येईल मित्रानो शंका
चोरीचा मामला , डॅडही बघ आला
आपल्या नाटकावर घालाया घाला

जोडीदार बदला , स्टेप्स त्याच ठेवा

रात्रभर खाऊ घालूया लोकांना मेवा

चोरीचा मामला , जानकीबाई आल्या

सत्य काय ते रात्री गच्चीवर शोधायला

डोळ्यात धूळ फेकू घरघर चल खेळू

अंधाराचा सखी आपण फायदा घेऊ

चोरीचा मामला , मामाही थांबला

प्रेम तुझे माझे नीटपणे परखायला

आग जवानीची वेळ ही मिलनाची

भूक हृदयाला तुझ्या एक चुंबनाची

गार गार वारा मला जणू ओरडतोय

प्रणयाचे गीत तो किती गोड गातोय

भाव नको खाऊ भाव ओळख पाहू

प्रेम करून रात्रीची रंगत सखे वाढवू

खोटे माझे आयुष्य खोटे सारे मुखवटे

थकलोय मी आता देऊनी सारे उत्तरे
जगू द्या मला माझ्याच अंधाऱ्या जीवनी
उजेड नका किमान दुःख नका देऊ मनी
विचित्र त्या नजरा हृदयी जखमा करतात
का कुणास ठाऊक अस्तित्वच नाकारतात
अश्रू माझे गळणारे ईश्वराला प्रश्न विचारता
का असे मज बनवले पारंब्यापरी लटकता..

आई आहे ग मी

आई आहे ग मी लेकीचेच सुख बघणार

सहन करून सारे तुझे भविष्य घडवणार

सोनेदागिने नाही मजपाशी तुला द्यायला

ताकद अन हिंमत देईल जगाशी लढायला

मला ही वाटते ग तुला परीसारखे जपावे

नशीबच माझे फुटके त्याला काय करावे

जे माझे झाले ते तुजसंग न होऊ देणार

आई आहे ग मी लेकीचेच सुख बघणार

लोक जरी मजसंगे खेळले वारंवार

तरी मी तुला खेळणी आणून देणार

हट्ट मी विसरले तरी तुझे हट्ट पुरवणार

आई आहे ग मी लेकीचेच सुख बघणार

तुझ्यासाठी मी बघ राजकुमार शोधणार

तुला तुझ्या आईची आठवणही न येणार

आई विसरशील इतके सुख तो तुज देणार

आई आहे ग मी लेकीचेच सुख बघणार

दुर्दैवी आईची सावलीही तुझ्यावर न पडो

तुझ्या सुखाला कुणाचीही नजर न लागो

तुझ्या आनंदासाठी तुझी आई जगणार

आई आहे ग मी लेकीचेच सुख बघणार

हे बघ दादा

हे बघ दादा असे रुसायचे नसते

बहिणींना असे सतावायचे नसते

तोडू नको भावाबहिणीचे तू नाते

अतूट आहेत पवित्र राखीचे धागे

हे बघ दादा असे रुसायचे नसते

अबोला धरून बसायचे रे नसते

कान ओढ आमचे आधीसारखे

दूर होऊन परके करायचे नसते

हे बघ दादा असे रुसायचे नसते

बहिणींना अस रडवायचे नसते

तू नसशील राखी कुणाला बांधू

तू नसशील गिफ्ट कुणाला मागू

हे बघ दादा असे रुसायचे नसते

जीवनात एकटे सोडायचे नसते

आपल्याला सोबत आहे जगायचे

भाऊ नसता बहिणीस अर्थ काय उरे ?

हे बघ दादा असे रुसायचे नसते

बहिणींची हाक ऐकून परत ये रे

केस कान ओढ भांड चिडव रागव

पण हसरा चेहरा मज एकदा दाखव..

बेल वाजली

बेल वाजली बेल वाजली

संकटांची चाहूल लागली

कोण आलं असेल दारात

धडकी भरते सतत मनात

बेल वाजली बेल वाजली

नाटक करायची वेळ झाली

खोटे बोलू लोकांना फसवू

नवीनच नाते नव्याने बनवू

बेल वाजली बेल वाजली

आता कुणाची वेळ आली

नवीन नवरा नवीन बायको

मान्य करा सर्व प्रश्न कायको

बेल वाजली बेल वाजली

पाहुणा की पाहुणी आली

बॅण्ड आता वाजणार आहे

हाऊसफुल शो ठरत आहे

बेल वाजली बेल वाजली

उत्तरे शोधा आता प्रश्नांची

खोटे लपवायला खोटे बोलतोय

नात्याचा गुंता अजूनच वाढतोय

बेल वाजली बेल वाजली

नौका काढा सुनामी आली

शेवट काय मज ठाऊक नाही

मनी आपोआपच सुचत राही

मैत्री

कॉलेजमध्ये एक तरी खास यार असतो

इतरांपेक्षा खूपच जवळचा असा वाटतो

खांद्यावर हात ठेवून मनाचे भाव जाणतो

काहीतरी जुगाड करून टेन्शन दूर करतो

आपल्या क्रशला त्याची वहिनी म्हणतो

आवडत्या मुलीवरून मुद्दाम तो चिडवतो

आपल्या मैत्रीसाठी इतरांशी पंगा घेतो

भाई है तू अपना म्हणून तो नाते जोडतो

असते चालू रुसवेफुगवे भांडाभांडी मारमारी

पण कधीच तुटली नाही अशी अतूट ती यारी

आपल्या वॉलेटवर त्याचीच अघोषित मक्तेदारी

पार्टी नाही सोडणार तो होऊ दे आपली उधारी

कधी नसला तर आपणच लावा त्याची हजेरी

शिक्षकांच्या नजरेत ही जोडी कायमच बोचरी

बंक मारून लेक्चर किती दोघे सोबत हिंडलो
कट्ट्यावर बसून किती ते खळखळून हसलो
त्याची रूम आपली हक्काची जागा असायची
गप्पागॉसिपची तिथे वेगळी मेजवानी रहायची
कॉलेजमधल्या मॅटरवर चर्चा मस्त तिथे रंगायच्या
डबा आणलाच रे कुणी सर्व मिळून तो संपवायचा
किती त्या आठवणी आजही चेहरी हास्य आणतात
कॉलेजचे दिवस पुन्हा असे नजरेसमोर उभे राहतात
झूम मीटिंगमध्ये मित्राचे आपणास चेहरे दिसतात
प्रेमळ मिठी पाठी बुक्की झुमवर कुठे देता येतात ?
भाई आज दूर असलो तरी मैत्री संपली नाही
संपल्यावर महामारी करू जोरात पुन्हा पार्टी
खाऊ बिर्याणी फिरू रात्रभर मग वाढदिवशी
पुन्हा दोघे मनसोक्त जगू कॉलेजच्या आठवणी
रक्ताच्या नात्याहून घट्ट ही आपली यारी

"भाई" तू खरी कमाई माझ्या जीवनाची

तुला माझा अभिमान वाटेल असे बनायचे आहे

तू नको बनू सुदामा, मला तुझा कृष्ण व्हायचे आहे..

दहावी

ही जीवनाची परीक्षा पहिली

तर शाळेची परीक्षा शेवटची

दहावीचा तू ताण नको घेऊ

दहावी तू मनसोक्त जग पाहू

इतिहासातून तू भरपूर प्रेरणा घे

गणिताला तू तुझा मित्र मानून घे

मराठी लेखक कवींना तू भेटून घे

जीवनाशी संबंध थेट हे समजून घे

उद्या संस्कृत धातूरुपावली तू विसरशील

श्लोकाचे अर्थ मात्र कायम लक्षात ठेवशील

भूगोलाच्या पर्वतांची उंची तू विसरशील

नकाशाचे खेळ आठवून परत हसशील

शाळेतले मित्र पुन्हा नाही भेटतील

रागावणारे शिक्षक पुन्हा आठवतील

शाळेची शिस्त पुन्हा हवीशी वाटणार
मराठीचे धडे जीवनी मार्गदर्शन करणार
परीक्षा संपली की तू पुस्तक दूर सारते
उद्या गरज नसताना जवळ त्याला घेणार
ठाऊक मज दहावीचे भूत तुला आज छळते
उद्या हीच दहावी तुझ्या चेहरी हास्य आणणार
दहावी ही परीक्षा नाही गुणांची
हा तर महत्वाचा टप्पा आयुष्याचा
पुढे रांग लागेल जीवनी परीक्षांची
ही तर फक्त झलक त्या ताणाचा
गुणांच्या मागे धावू नको, काही ज्ञान भेटते का बघ
स्पर्धा नको इतरांशी , स्वतःत प्रगती घडते का बघ
एक सुंदर टप्पा म्हणून दहावीला मनसोक्त जग तू
दहावी खुप काही देईल तुला ऋणी राहशील बघ तू..

आई

सर्वांची काळजी फक्त तिला असते

तिची काळजी मात्र कुणाला नसते

डोक्यावर अपेक्षांचा भार असतो

आईसाठी कुणाला वेळ असतो ?

आई सकाळपासून कुटुंबासाठी राब राबते

पण तिच्या कष्टाची किंमत कुणाला कळते ?

घर सांभाळणे हे तर आईचे कामच असते

पण आईला कामासाठी पगार कुठे भेटते ?

येत नसेल आईला स्मार्टफोन स्मार्टली वापरता

येत नसेल आईला इंग्लिश कुल शब्द वापरता

पण पालनपोषण करण्यात कमी पडली नाही

मुले कधी मित्र बनतील याची आई वाट पाही

कुटुंबातील सर्वांच्या आवडीनिवडी जपताना

आई स्वतःची आवड सोयीस्करपणे विसरते

नवऱ्याने खर्चासाठी दिलेले पैसे वापरताना
कुटुंबासाठी चार पैसे बाजूला काढून ठेवते
तिच्या भावतोल करण्याचा आपण मजाक उडवतो
कुटुंबासाठीच बचत करते आई का आपण विसरतो
आईला मित्रांसमोर इन्ट्रोड्युस करायला लाज वाटते
मित्र जेव्हा जेवणाचे कौतुक करतात मग छान वाटते
कधी आईने चुकून सुट्टी घेतली तर काही बोलू नका
ती पण माणूस आहे , यंत्र नाही हे तुम्ही समजून घ्या
कधी तिला पण तिचे आयुष्य खुलेपणाने जगू द्या
पत्नी सून आई भूमिका त्यागून स्त्री म्हणून नटू द्या
मीठ-साखर कमी-जास्त झाले तर टोचून बोलू नका
वेळात वेळ काढून आईशी रोज संवाद साधून बघा
जन्म दिलाय तुम्हाला भावना पण ती समजून घेईन
जग विरुद्ध झाले तरी ती पाठीशी ठाम उभी राहीन
आईला पगार नको थोडे कौतुक हवे असते

कारण आईतपण "मुलगी" लपलेली असते

कधीतर तुम्ही पण आईला कामात मदत करा

कुटुंब टिकवणारीला माणूस म्हणून स्वीकारा..

मदर्स डे

आज मदर्स डे होता पण आई तर नव्हती
पण दादानेही आईचीच माया दिली होती
चला दादालाच मदर्स डेचे आपण सप्राईज देऊया
ऋण फिटणार नाही किमान आभार व्यक्त करूया
दादाच्या आवडीचे बनवायचे आम्ही ठरवले
पण दादाला काय आवडते कुठे ठाऊक होते
आमची आवड जपताना तो स्वतःला विसरतो
दादा तू सांग बहिणींसाठी इतकं कस रे करतो
ठेच लागली की आई ग ऐवजी दादा शब्द निघतो
तू आहेस म्हणून जगाशी आम्ही कधी न घाबरलो
तुझा आधार पाठीशी म्हणून इथवर आम्ही पोहोचलो
तू नसता तर काय झाले असते विचार आम्हा सलतो
जगात तुझ्यासारखा दुसरा कुणीच भाऊ नसेल
मानवरुपात देवत्व याहून वेगळे सांग कसे असेल ?

भावाच्या रुपात तू आईवडीलांचीच माया दिली
म्हणून तुझ्या रूपात आम्हा आईच ती सापडली
तू कधी मित्र , कधी आई तर कधी बाबा बनला
वेगवेगळी भूमिका साकारली तक्रारही न करता
पुरुषात पण मातृत्व असते तू जगाला दाखवले
म्हणून तुझ्या बहिणींकडून उधळली ही शब्दफुले
पुढच्या जन्मात आम्हाला हाच भाऊ भेटू दे
सुखाचे द्वार तुझ्यासाठी नेहमी उघडे राहू दे
मरेपर्यंत तुटणार नाही राखीचा अतूट धागा
ईश्वराने भावाच्या रूपात देवदूतच पाठवला..

बहिणीला बॉयफ्रेंड आहे कळल्यावर

मनाला अनामिक भीती वाटते

नेत्रे उगाच कल्पित चित्रे दाखवे

माझ्या श्रीशूला कुणी आवडला तर नसेल ना ?

भावनाच्या आवेगात प्रेम तर झाले नसेल ना ?

जो आवडला तो मुलगा कसा असेल ?

श्रीशूसाठी योग्य की अयोग्य असेल ?

हे प्रश्न माझ्या मनात काहूर माजवणार

भाऊ नाही तर कोण काळजी करणार ?

स्पष्टपणे विचारू का तिला त्याच्याबद्दल

भीती नाही ना वाटणार तिला माझ्याबद्दल ?

माझ्यातला बाप मला तिला रागवायला सांगतोय

माझ्यातला मित्र मात्र तिला समजून घे म्हणतोय..

भाऊ दुसऱ्यांच्या बहिणीवर प्रेम करू शकतो

बहिणीला तोच अधिकार का नाकारला जातो ?

तिनेच माझ्याशी खुलेपणाने याबद्दल बोलावे

भाऊ म्हणून फक्त तिचा अदृश्य आधार बनावे..

त्या मुलाबद्दल सर्व माहिती काढावी म्हणतोय

बहिणीला सुखात ठेवेल का जाणावे म्हणतोय

तळहाताच्या फोडाप्रमाणे मी बहिणीला जपले

असच कस मी परक्याला तिचे ते हात सोपवावे ?

तिच्या आयुष्याचे निर्णय तिलाच देऊ घेऊ

जरी चुकली तरी सांभाळेल तिचा हा भाऊ

माझ्या अनुभवाचे बोल तिला नेहमी सुनावेल

मालक नाही तिचा जो इच्छा तिच्यावर लादेल

सर्वच पुरुष वाईट नसतात मज ठाऊक आहे

पण बहिणीला जपणे माझे नेहमीचे काम आहे.

खेळखेळात चिडवून मी बहिणीला खुप रडवणार

पण कुणी दुसरे तिला रडवेल ते मला नाही पटणार!

माझ्या ताईचे आता लग्न होणार

माझ्या ताईचे आता लग्न होणार

आम्हा सोडून सासरी ती जाणार

ताई तुझ्या डोळ्यात आईच दिसते

तुझ्या रागावण्यात प्रेमच झळकते

ताई तू माझ्या आईची सावली आहेस

घराला बांधून ठेवणारी माऊली आहेस

ताई तुझ्या प्रेमाची सर कशालाच नाही

तुझी माया पाहून स्वर्गी आईही सुखावी

लहानपणी आपण भातुकली खेळायचो

कधी तू लग्नाला आली कळलेच नाही ग

लहानपणी केस धरून मारामारी करायचो

कधी तू सोडून जाशील वाटलेच नाही ग

मी दत्तक आहे म्हणून मला रडवायची तू

आता लग्न करून मला परत रडवणार तू
शाळेत माझी काळजी घेणारी हक्काची तू
जीवनाच्या शाळेत मज एकट सोडशील का तू ?
जरी तू सासरी चाललीस तरी माहेरला विसरू नको
मदत लागली तर भावाला हाक द्यायला संकोचू नको
तुझ्या एका हाकेवर मी धावून येईल
पवित्र राखीच्या बंधाला तडा न जाईल
ताई आता तू दुसऱ्या घरची सून होणार
लहान भावाबहिणींना नाही ना विसरणार ?
तुझ्या खोलीला आम्ही हात पण नाही लावणार
इथे येऊन मात्र तुझ्या आठवणीत आम्ही रमणार..

माझी चिऊडी

माझी चिऊडी आज मोठी झाली
तिच्या कुशीत सृजनता जन्मली
स्त्रीत्वाचा नवीनच परिचय झाला
निसर्गाने ओटीत बिया टाकल्या
माझी चिऊडी आज मोठी झाली
नव्या जीवनप्रवासी पाऊले टाकी
चिऊडी कशाला संकोच करतेस
हे सर्व नैसर्गिक का तू विसरतेस
हे चार दिवस आहे तुझ्या हक्काचे
हे चार दिवस आहे तुझ्या स्त्रीत्वाचे
न लाजता हे दिवस जग भरभरून
शुभअशुभचे भ्रम काढ तू मनातून
तुझ्या दादाला तू तुझा मित्रच मान
काही लागत असेल हक्काने सांग

मी तुला जास्त प्रश्न विचारणार नाही

तुझा स्त्रीत्वाचा अनादर करणार नाही

कालपर्यंत वेणी बनवायची माझ्याकडून

कधी इतकी मोठी झाली समजलेच नाही

कालपर्यंत गोष्टी ऐकायची जी माझ्याकडून

कधी माझ्या कुशीतुन उठली उमगले नाही

माझी अंगाई ऐकून झोपणारी चिऊडी

आज का ग दादाशी नजर अशी लपवी

तुझ्या ओटीत निर्मितीचे फळ नांदू दे

निसर्गाचे ऋण मानून स्त्रीत्व गौरवू हे..

ती केक खात होती

ती आज रडत केक खात होती
जणू आपले ऐश्वर्य पचवत होती
आरश्यासमोर सुंदर चेहरा होता
श्रीमंतीत कुठेतरी हरवला होता
पैसा तो पायाशी लोळण घालत होता
प्रेम देणारा पती मात्र दूर सरला होता
लोकांसमोर तिचा चेहरा सुखी होता
पण तो घातलेला एक मुखवटा होता
पैसे कमावण्याच्या नादात नाती हरवली
स्टेटस भेटले समाजात अब्रू न गवसली
आलिशान बंगल्यात कुटुंब मात्र हरवले
पार्टीच्या नादात कौटुंबिक क्षण गमावले
मुलांना श्रीमंतीत जगायला शिकवताना
संस्कार द्यायचे मात्र ती विसरूनच गेली

मुलांची कुल स्टायलिश मॉम बनताना

आई बनण्याचे मात्र विसरूनच गेली

तिने पण शॉपिंगमध्ये स्वतःचे मन रमवले

किटी पार्टीत स्वतःला रीची रिच दाखवले

अस्तित्व बनवताना अस्तित्वच हरवून बसली

म्हणून केकने डिप्रेशन घालवण्याची वेळ आली

सगळे काही असून तिला सुख नव्हते

पतीच्या नजरेत तिच्यासाठी प्रेम नव्हते

मोलकरीण तिची गरीबीतही आनंदी होती

ही मात्र आज आरश्यासमोर केक खात होती..

अंगाई

झोप ना ग आता आई रात्र किती झाली
इतके काम करून तू नाही का ग दमली ?
उठायचे आहे ना तुला लवकर पहाटे
माझ्या आवडीचे बनवायचे ना पराठे
आई तुझे जेवण अमृतासमच वाटते
मला तुझ्यात देवी अन्नपूर्णाच दिसते
आई बघ दिसतोय चंद्र आकाशात
का नाही निद्रा अजून तुझ्या नेत्रात
मिटवूनी हे डोळे हरवून जा स्वप्नात
जगून घे आयुष्य काल्पनिक विश्वात
स्वप्नांच्या दुनियेत नाही बसणार टोमणे
तुझेच ते विश्व फक्त तुझेच आदेश चाले
रमून जा इतकी की रात्रही लवकर सरेल
प्रातः उठशील तेव्हा हास्यच मुखी उरेल

चिंता नको करू मी चेपतोय तुझे पाय

हरजन्मी मिळो मला प्रेमळ अशी माय

झोप ना ग आता आई रात्र किती झाली

इतकी अंगाई गाऊन का ग नाही निजली ?

आभाळमाया

तुटतात ती नाती , गळतात ती आसवे
भरतात त्या जखमा , छळतात आठवे
कळतात ते अर्थ , होतो तो संवाद
पळतात ते भ्याड , बिघडवे तो नाद
वाहते ती नदी , खोल असते ती दरी
उपाय सारी संपली , प्रार्थनाच ती उरी
फाटते ती धरणी , आत जाते ती जानकी
संकटे जेव्हा कोसळी , स्वकीये बनी परकी
वाहतो तो वारा , विझते ती आग
पडे तो शब्दांचा मारा , मिटेना ते दाग
संपते ते तारुण्य , शिल्लक राहतात अनुभव
सोडतो तो आत्मा , सडत बसते फक्त शव
देह जरी वेगळे तरी नाते जोडते ती काया
नाही मर्यादा ती तर आभाळमाया आभाळमाया !

समाधानाची आसवे

गळाली आसवे भाई गेल्यावर

हक्काचा मित्र तो हरवल्यावर

बळी पडला मित्र जातीवादाचा

लोकांच्या खोट्या अब्रूइभ्रतीचा

एक लहान परी होती तिथे भेदरलेली

टपोऱ्या नेत्रांनी मला पाहत बसलेली

मुखकमळ ते अगदी भाईवर गेलेले

क्रूर नियतीने मात्र अनाथ बनवलेले

घेतले मी तिला काघेत उचलून

मीच तुझा बाबा दिले मी बोलून

होती ती भाईची शेवटची आठवण

दिले तिने मला अमूल्य ते बापपण

सांभाळले तिला तळहाताच्या फोडाप्रमाणे

कन्यादान करुनि तिचे पुण्य पदरी ते पाडले

स्वर्गात जाऊनि भाईला नजर भिडवू शकेल
मैत्रीचे कर्तव्य निभावले आता सुखाने मरेल
ती गेल्यावर झाले माझे अंगण भकास
विना राजकन्या महाल कसा उरे खास
एकटा उरलो जीवनी उरली फक्त आठवे
तरी नेत्रांतूनी गळताय समाधानाची आसवे !

आली आशियानात दिवाळी

आली आशियानात दिवाळी

प्रेमाचे दिवे प्रीतीची रांगोळी

मिटला द्वेषाचा सारा तिमिर

उगवतो नवविचारांचा मिहीर

मजबूत होई नात्यांची वीण

प्रेमसागरा होई मने विलीन

लोभस जोडीदाराची मिठी

शोधे सर्वत्र माझी ही दिठी

चमकला मानवतेचा कंदील

भूषण सदस्यांचे त्यांचे शील

मिटली मरगळ कंटाळवाणी

खुलले मुख फुलासम ताजी

आनंद वाहू लागला चहूकडे

लक्ष्मी वळली जणू घराकडे

सुखाची नवीन पहाट जाहली

आली आशियानात दिवाळी !

आत्तू

आत्तू आत्तू करत धावायचा घरभर

हाती न लागे विसावा देईना क्षणभर

दादावहिनीचे मूल पण मी लाडावलेला

हृदयाचा तुकडा तो मीच वाढवलेला

हट्ट त्याचे मी हक्काने पुरवायचे

रक्ताने जोडलेले नाते जगावेगळे

काळ्या मातीत जसे अंकुर हिरवे

घराचा जीव तो जणू कान्हा शोभे

माझ्यामागे लपायचा खोडी जर काही केली

का कुणास ठाऊक विश्वास असे माझ्यावरी

मांडीवरी बसुनी माझ्या साऱ्या गोष्टी सांगत

आत्या असूनही त्याची मला दोस्तच मानत

नात्याने आत्या पण दुसरी आईच होते

आपुलकी प्रेमाने जोडलेले बंध ते होते

पिल्लू माझे गोजिरे लांडग्यांनी पळवले

हतबल आत्तू कान्हासाठी गाळते आसवे !

भाई

भाई जाणवत आहे तुझी उणीव
आणि येतेय मला माझीच कीव
तुझा हात हवा होता रे खांद्यावर
आणि तुझी थाप माझ्या पाठीवर
चारही बाजूंनी कोसळली संकटे
आज तू नसता वाटे खूपच एकटे
कुणी नसे जवळ चेहरा वाचणारा
हसू आणून मुखी दुःख पळवणारा
तुझा मित्र खचला असला जरी
अजूनही पूर्ण मिटला नाही तरी
तुझ्या आठवणी देई मला प्रेरणा
शस्त्र वाटतात ते जीवनाच्या रणा
वेळ वाईट असली तरी जाईल निघून
मी पण उभा राहील संकटांना टिचून

ही लढाई जिंकुनी येईल तुझ्यासमोर

ठेवू मैत्रीचे उदाहरण साऱ्या जगासमोर

मारू मग ढीगभर आयुष्यावर गप्पा

मोकळा करू मनाचा बंदिस्त कप्पा

मनसोक्त त्या शिव्या घालू एकमेका

मरेपर्यंत मैत्री टिकवू हाच घेऊ ठेका

भाई तू फक्त माझ्यावर ठेव विश्वास

वेळ लागेल पण होईल परीक्षेत पास

दुराव्याने मिटणारी मैत्री नाही आपली

जिंकेलच मी कसम दोस्तीची घातली..!!

रूममेट्स

मोबाईल बाजूला ठेवून
बोलायला भाग पाडतात रूममेट्स
संगे फोटोज जास्त नसल्या तरी
आठवणींची मेमरी फुल करतात रूममेट्स

कधीतरी आजारी पडल्यावर
काळजी घेतात रुममेट्स
ब्रेकअपचा ताण जड झाल्यावर
ओल्ड मॉक पिऊ घालतात रुममेट्स

खडूस घरमालकाची नक्कल करून
पोटभर हसवतात रुममेट्स
बळजबरी माल क्रश करायला लावून
खोलीचा हॉटबॉक्स बनवतात रूममेट्स

जबाबदारीमुळे खांदे दुखायला लागले
तर मैत्रीचा बॉडीस्प्रे मारतात रूममेट्स
गोड गोड शब्दात आपलीच मारतात
घरचा फराळ शेअरही करतात रूममेट्स

आईप्रमाणे काळजी घेतात
कधी बाबांसारखे रागावतात रूममेट्स
भावाप्रमाणे पाठीराखा बनतात
बहिणीसारखा जीव लावतात रूममेट्स

एकटेपणा घालवतात
नैराश्य पळवतात रूममेट्स
स्ट्रगलच्या कठीण काळात
लढण्याचे बळ देतात रूममेट्स !

7. ऐतिहासिक कविता

इतिहास माझा अतिशय जिव्हाळ्याचा विषय. त्यात मराठी इतिहासाचे भयंकर वेड. पहिल्या काव्यसंग्रहात छत्रपती शिवाजी महाराज यांच्यावर हायकू लिहिले. या काव्यसंग्रहात इतिहासातले विविध प्रसंग कवितेतून मांडण्याचा प्रयत्न केला आहे. श्रीमंत माधवराव पेशवे यांचे कर्तृत्व सांगणारी एक कविता आहे. स्वराज्याचे दुसरे छत्रपती संभाजीराजे भोसले यांचे बलिदान सांगणारी एक कविता आहे. मराठ्यांचा उत्कर्ष , महाराणा प्रताप यांचे जीवन , 1857 चा उठाव , सिराज उद्दौला याची प्लासीवर इंग्रजांसोबत झालेली लढाई , पानीपतचा रणसंग्राम , बाजीराव पेशवे मृत्यू या सर्वांवर आहेत. या सर्वच कविता वाचकांना खूप आवडल्या आहेत. तुम्हाला या ऐतिहासिक कविता वाचून आपल्या इतिहासाचा सार्थ अभिमान वाटेल इतके निश्चित.

पानिपती

चंद्र गारव्याच्या त्या क्रूर राती

समोर उभे गिलची साडेसाती

हाती तलवारी स्वराज्य मस्तकी

वाट क्षणांची जेव्हा कापू मुंडकी

दिल्लीचे तख्त राखाया उभे

शिवबांचे धाडसी मर्द मावळे

लक्ष सैन्य अठरापगड जाती

जोडे सर्वा फक्त मराठी माती

अंगार दिसे भाऊसाहेबांच्या नेत्री

भावी पेशवे सज्ज पानिपत क्षेत्री

जनकोजी ते अभिमन्यूसम वाटे

वीरश्रीचे वारे चहूकडे कसे दाटे

इथलेच मीठ खाऊन दगा ते दिला

नजीब कलियुगी शकुनी शोभिला

घातिले जिहादचे खोटे असे बुरखे

पटवे सर्वांना दख्खनी कसे पारखे

मराठे उभे लढाया श्रेष्ठ तत्वासाठी

देव देश धर्म याच्या संरक्षणासाठी

भरतभूमी नसे फक्त लुटण्यासाठी

ती पुण्यभू जगा ज्ञान वाटण्यासाठी

उरात आग थंडी काय आम्हा घाबरवे

थरथरले देह तरी नसे भय गिलच्यांचे

उच्च राष्ट्रनिष्ठेची साक्ष पानिपती माती

क्रूर तरी अभिमानास्पद त्या गार राती !

महाराज तुम्ही हवे होते

किल्ले रामशेज सहा वर्षे झुंजतो
सिद्‌धीपोर्तुगीज बिळात तो लपतो
रौद्ररूपी शंभुचे घोडे सर्वत्र दुमदुमे
महाराज हे पहाया तुम्ही हवे होते

सह्याद्रीपरी हंबीरमामा तो खंबीर
शंभूसह लूटतो बुऱ्हाणपूर ते वीर
नऊ वर्षे मुघल कसे त्रस्त जाहिले
महारा ज हे पहाया तुम्ही हवे होते

डाव क्रूर नियतीने एक टाकीला
फितुरीने ते राजा शंभू पकडीला
धर्मासाठी क्रूर मृत्यूला स्वीकारले
महाराज हे पहाया तुम्ही हवे होते

कसा रायगडाला वेढा तो पडीला
सीतेने कसा सौमित्रला पुढे केला

त्याग त्या राणीचा कुणी न जाणिले

महाराज हे पहाया तुम्ही हवे होते

राजाराम जिंजीहुन राज्य चालवे

मागे मुघल तरी स्वराज्य ते राखे

ताराराणी सात वर्षे शत्रूस झुंजवे

महाराज हे पहाया तुम्ही हवे होते

औरंगजेबच्या छावणीचा कळस कापे

वीर संताजी मुघलात धडकी ती भरवे

नेमाजी धनाजी सरदार नर्मदा ओलांडे

महाराज हे पहाया तुम्ही हवे होते

कसे मराठे दिल्लीपर्यंत ते जातात

आपल्या माणसांना ते सोडवतात

कशी ते दिल्लीचे तख्त लागे डोले

महाराज हे पहाया तुम्ही हवे होते

वीर बाजीराव अजेय असा सेनापती

स्वप्न त्या योद्धाचे हिंदू पतपातशाही
बंगश निजाम सादत गुडघे ते टेकवे
महाराज हे पहाया तुम्ही हवे होते
राज्याचे रूपांतर साम्राज्यात करतो
होळकर शिंदे भोसले वीर घडवितो
बाजीरावांचे लौकिक भारतात गाजे
महाराज हे पहाया तुम्ही हवे होते
कसा रघुजी नागपुरी राज्य उभारतो
ओरिसा ते बंगाल मुलूखगिरी करतो
भयभीत फिरंगी खंदक ते खोदे
महाराज हे पहाया तुम्ही हवे होते
अटकेपार मराठ्यांचे झेंडे फडके
लाहोर गडी मर्दमावळा पाय ठेवे
काबुल हिंदुकुश मराठ्यांच्या नजरे
महाराज हे पहाया तुम्ही हवे होते

अटक ते कटक राज्य आपुले पसरे
कसा महाराष्ट्र दिल्लीचे तख्त राखे
राष्ट्ररक्षणार्थ मराठे पाणीपती उभे
महाराज हे पहाया तुम्ही हवे होते
कसा माधव राज्य पुन्हा उभारतो
निजाम हैदर यांना कसा नमवितो
शनिवारवाडी न्यायाचे राज्य उभे
महाराज हे पहाया तुम्ही हवे होते
महादजी तो योद्धा दिल्ली जिंकतो
बादशहाला गादीवर स्वतः बसवतो
लाल किल्ल्यावर भगवा तो फडके
महाराज हे पहाया तुम्ही हवे होते
सामर्थ्यवान पुरुष तो शतकातला
जाट रजपूत फिरंगी सर्वा हरविला
महादजी पराक्रमाचा उच्चबिंदू गाठे

महाराज हे पहाया तुम्ही हवे होते

कसे वडगावी फिरंगी गुडघे टेकवी

नानातुकोजी लोक आभाळाएवढी

अहिल्येचे इंदौरी रामराज्य ते घडे

महाराज हे पहाया तुम्ही हवे होते

यशवंत तारा अगदी शेवटी चमकला

मराठी तलवारीचे पाणी ते पाजविला

अजिंक्य योद्धा इंग्रजांनाही रडविले

महाराज हे पहाया तुम्ही हवे होते

महाराज आम्ही स्वराज्य राखले

अटकेपार त्याचे भगवे फडकविले

देवदेशधर्मासाठी रणी थाटे संसार

शत्रू कापे थरथर जेव्हा चाले तलवार

मंदिरांचा महाराज केला तो जीर्णोद्धार

यात्रा देवदर्शनास न भय न कर आकार

मुलूखे नवी जिंकता स्त्री अब्रू ती राखली
हरवले शत्रूस मुंडक्यांची मिनारे न रचली
गनिमी कावा ते आलम दुनियेने शिकला
आम्हाप्रति शत्रूंनीही गौरवोद्गार काढिला
कणखर पाठी कौतुकाची थाप हवी राजे
महाराज हे पहाया तुम्ही हवे होते..

आम्ही जिजाऊच्या लेकी

आम्ही जिजाऊच्या लेकी

भय कैसे आमच्या डोळी

घेऊनि हाती त्या तलवारी

दुष्मनावर आम्ही वार करी

येसूबाई स्त्री सखी राज्ञी जयति

शंभुपत्नी निखारा तिच्या पदरी

रायगड असा तावडीत सापडी

येसूबाई कैदेतही धैर्य न सोडी

भद्रकाली बनते ती ताराराणी

मुघलांची हालत ती दिनवाणी

सात वर्षे आलमगीरला झुंजवी

कबर सह्याद्रीतच गेली खोदली

तेजस्वी सूर्य स्वराज्याचा उगवे

पानिपतची तया क्रूर नजर लागे

तेव्हा इंदौर राज्ये होळकर दरबारी
अहिल्या हाती घेई शिक्केकट्यारी
राणी सांभाळे रयतेस लेकराप्रमाणे
दर्जा भेटे तिला राज्यात देवीप्रमाणे
स्वराज्याचे सुराज्य माळव्यात बनवे
जिजाऊंचे विचार प्रत्यक्षात साकारे
पुढे फिरंग्यांचे अत्याचार ते वाढीले
लक्ष्मीने रणचंडीकेचे रूप ते घेतीले
अश्वारूढ करते ती गोऱ्यांचा संहार
पारतंत्र्यावरी वीरांगनेचा वज्र प्रहार
सावित्री ती ज्ञानाची ज्योत पेटवे
कवाड विद्येचे ते मुलींसाठी उघडे
लोक शेण फेकतात जरी देहावरी
तरी कार्य न थांबवते कर्मयोगिनी
आम्ही जिजाऊच्या लेकी

स्वातंत्र्य आमच्या मस्तकी
मनी जानकी बुद्धीने द्रौपदी
संकटे झेलू जीवनी पदोपदी
नजरेत भरला अमुच्या अंगार
करू जुलमी त्या दुष्टांचा संहार
गुलामीचे नको पंचपकवान घरी
खाऊ स्वराज्याची मीठ भाकरी..

विश्वासघात

बंगालतख्ताचा तो नवाब होता
तरणाबांड मर्द तो देखणा होता
प्लासीवरी तो रणशिंग फुंकीला
इंग्रजांविरुद्ध झेंडा फडकविला
व्यापारी आहात व्यापारीच रहा
अंतर्गत राजकारण दुरुनच पहा
आमची माती आम्ही बघून घेऊ
लुडबूड कराल तर मुंडकेच छाटू
पण नियतीने क्रूर फासा फेकीला
गद्दाराने तख्तापायी देश विकीला
सेना ती मुख्य रणी उतरलीच नाही
मीर जाफर दुरून सारा खेळ पाही
भारतीय सैनिक इंग्रज कापू लागले
धूर्त रॉबर्ट क्लाइव्हचे कपट जिंकले

सोन्याची चिमणी पिंजऱ्यात अडके
तो सिराज जीव वाचवत पळत सुटे
विश्वासघाताचे विष सिराज गिळतो
लपाया राजा रंकेत जागा ती शोधतो
कालचे व्यापारी आता राजा बनतील
छलकपटाने फिरंगी देशही जिंकतील
सिराज पकडला गेला मारलाही गेला
मरताना खुप मोठा आक्रोशपण केला
सावधान भारतीयांनो हे नव्हे व्यापारी
नासवतील देश सारा कपट नेत्री भारी
अफगाण तुर्क देश लुटुनी परत जातात
मुघलांसारखे काही हिंदुस्तानी बनतात
मात्र आंग्ल देशाची संपत्ती तिथे नेतील
मी पळतोय उद्या तुम्हासही पळवतील..

थकलो आहे भरारी मारून

थकलो आहे भरारी मारून

बघतो थोडा विसावा घेऊन

स्वराज्याचे साम्राज्य बनवले

का लोका माझे प्रेमच खटके

थकलो आहे भरारी मारून

दौलतीची सतत सेवा करून

घोड्यावरच मी संसार थाटला

तलवारीतच माझा मुख पाहिला

गावागावाहुनी वीर शोधून उभे केले

माळवा बुंदेलखंड दिल्ली फतेह केले

जागोजागी मग कुठे भगवे झेंडे फडके

दौलतीने तेव्हा कुठे तिचे कळस गाठले

मी तलवारीने हिंदू धर्म राखणारा

ठरलो लोकांसाठी धर्म बाटवणारा

कर्तृत्व प्रेमाच्या सावलीत पडे फिके
योध्दा रणनीतीपेक्षा प्रेमासाठी गाजे
थकलो आहे लोकांची कुजबूज ऐकून
थकलो आहे माझे चारित्र्यहनन पाहून
शत्रूपण माझ्या या मृत्यूनंतर हळहळेल
किमान इतिहास तरी माझी शौर्यगाथा सांगेल ?

अरुणोदय झाला

रायगडावर सूर्य उगवला अवघा भारत बघत राहिला
मुघलकुतुब आदिल सिद्धी नमवुनी भगवा फडकीला
कलियुगी असुर संपले महाराजांनी हिंदू धर्म रक्षिला
यवनांचे जाच संपले , अरुणोदय झाला
पार्थची कुंती , माता रामाची जैसी कौशल्या
तैसी लघुजीपुत्री जिजाऊ शोभे शिवराया
शिवप्रभू तख्ती बसे नवा इतिहास घडला
यवनांचे जाच संपले , अरुणोदय झाला
परस्त्रिया मातेसमान बलात्कार्याला होई चौरंगा
शेतकऱ्याच्या भाजीचे देठ राखले संपे सारा दंगा
स्वातंत्र्याची ज्योत पेटली प्रेरणा साऱ्या आर्यावर्ता
यवनांचे जाच संपले , अरुणोदय झाला
बनवूनि कोष केले माय मराठीचे पुनरुज्जीवन
युगानुयुगे प्रेरणा घेतील ऐसे महाराजांचे जीवन

सह्यादीच्या कुशीत स्वातंत्र्याचा किरण उगवला

यवनांचे जाच संपले , अरुणोदय झाला

हर मावळा गड बनवुनि, हर गडामध्ये प्राण फुंकीला

महाराजांचे स्वराज्य राखाया अवघा मुलुख लढीला

शक्ती युक्ती डावपेच साऱ्यांचा उच्चबिंदू गाठीला

यवनांचे जाच संपले , अरुणोदय झाला

रक्त सांडूनि मावळ्यांनी मुजरा शेवटचा केला

थोपवि आक्रमण म्लेच्छाचे वाकू न दिला झेंडा

पाहुनी रणसंग्राम दिल्लीपती थरथरला

यवनांचे जाच संपले , अरुणोदय झाला

धन्य धन्य भाग्य महाराष्ट्राचे ऐसा राजा लाभिला

शतकात एकदाच निपजे ऐसा युगपुरुष शोभिला

सुलतान वा फिरंगी नतमस्तक तो झाला

यवनांचे जाच संपले , अरुणोदय झाला..

मराठ्यांचा राजा छत्रपती जाहिला

मराठ्यांचा राजा छत्रपती जाहिला

रयतेवरी यवनांचा धाक न राहिला

रायगड महाराष्ट्राचा इंद्रप्रस्थ ठरला

राज्याभिषेक पहाया देवही जमला

मराठ्यांचा राजा छत्रपती जाहिला

बादशाही गुलामीचा फास तोडीला

हिंदूंचा भगवा स्वाभिमानाने फडके

रायगडी महाराजांवर छत्र पवित्र उभे

मराठ्यांचा राजा छत्रपती जाहिला

फेडूनी पांग मातीचे मातीला गौरविला

जुलमी असुरांचा नायनाट करविला

हिंदू धर्म आक्रमणापासून वाचविला

मराठ्यांचा राजा छत्रपती जाहिला

स्त्रियांच्या अब्रूचा मान तो राखीला

कृष्णनीती मनी रामराज्य चालविला

माझा राजा मज "श्रीराम"च भासिला.

वासोटा

वसिष्ठ नाव वसिष्ठशिष्य देई डोंगरी
वासोटा बनते नाव अपभ्रंश होऊनि
शिलाहार राजा भोजने गड बांधिला
सह्याद्रीओंजळीत एक रत्न टाकीला
महाराज जिंके गड पन्हाळी अडकता
किल्ल्यावरून स्वतः पायदळ धाडता
सह्याद्रीचा दुर्ग कोयना नदीने भिजतो
दुर्गम वनी गिरीवरती मिश्रदुर्ग शोभतो
भागवतो गडाची तहान शिवसागर
आजूबाजूला दाट अरण्याची घागर
व्याघ्र बिबट्याचा आसपास जागर
हा व्याघ्रगड घाले गुन्ह्याला आवर
स्वराज्याचे गुन्हेगार इथे होई कैदी
काळ ठरी वासोटाची कालकोठडी

स्वतः फिरंगीपण इथेच प्राण सोडी

गुन्हा कुणीही करो त्याला नसे माफी

ताई तेलनि पंतप्रतिनिधीची पत्नी

जिंकी वासोटा पराक्रम गाजवुनी

सेनापती येई सेनि दुसऱ्या साली

जिंके परत गड अपार तो झुंजूनी

अजिंक्यगड ह्यावरून कोकण दिसला

इतिहासी ह्याने महाराष्ट्रधर्म वाढविला

स्वराज्याच्या न्यायाचा प्रतीक उभा

जावळीत वासोटा दिमाखात खडा

थोर पुण्य असेल भरतभूमीचे..

राष्ट्रप्रेम जयाच्या वाहे नसातुनी

ऐसा पुरुष घडतो युगायुगातुनी

जिथे तुजसारखे पुत्र निपजले

थोर पुण्य असेल भरतभूमीचे

देशासाठी कष्ट तयाने सोसले

क्रांतीच्या मशालीने देश पेटले

सूर्यापरी ते चरित्र उजळून निघे

थोर पुण्य असेल भरतभूमीचे

कुटुंबाची कधीच न करे चिंता

भारतच वाटे तया त्याची माता

व्रत घेई ते मरेपर्यंत झुंजण्याचे

थोर पुण्य असेल भरतभूमीचे

काळ्या पाण्याची शिक्षा झाली

तरी तयाने समुद्रात उडी मारली

दुर्दैव देशाचे पुनः कैदेत अडके

तरी धीर न सोडे , खंबीर राहे

अकरा वर्षे शिक्षा तयाने भोगली

मानवता रडेल अशी कामे केली

तरी हृदयातला कवी न मरे

थोर पुण्य असेल भरतभूमीचे

अन्यायाला वाचा त्याने फोडली

कैदेतही अदभूत कवने रचली

पीडा का इतिहासात उपेक्षित राहे

थोर पुण्य असेल भरतभूमीचे

भाषाशुद्धीचे प्रयत्न तो करे

मायमराठीचे ऋण तो फेडे

जातीभेदाला विरोध तो करे

थोर पुण्य असेल भरतभूमीचे

राजकारणाचे बदलले होते वारे

धर्मावरून म्हणे देश बनवायचे

विचार देई तो अखंड भारताचे

थोर पुण्य असेल भरतभूमीचे

हिंदुत्वाची परिभाषा सर्वा सांगे

हिंदूंच्या एकतेची गरज तो जाणे

त्याग समर्पण प्रेम परिसीमा गाठे

थोर पुण्य असेल भरतभूमीचे

धन्य ही माती ऐसा पुत्र जन्मला

दुर्दैव आम्ही तया उपेक्षित ठेविला

फडकवू तयाच्या उच्च विचारांचे झेंडे

थोर पुण्य असेल भरतभूमीचे..

जौहर

डोंगराच्या मजबूत अश्या किल्ल्यावर
राजाराणीचा तो सुखाचा संसार होता
वीर त्या राजपुत तलवारीच्या जोरावर
मेवाडमध्ये सुखसमृद्धीचा निवारा होता
पण कुठून नियतीचे काळे मेघ दाटले
दुष्ट यवनी सुलतानांची पडले ती नजरे
घेऊन टाकू मेवाडच्या स्वातंत्र्याचा घास
विनाश घडवू लावू मुंडक्याची मोठी रास
बसे यवनी वेढा पवित्र चित्तोडला
क्रूर सर्प जैसे आवळतो शिकारला
रातोरात आगीचे गोळे गडात पडे
युद्धाच्या ढगात किती प्राण गमवे
किल्ला विटांनी नाही वीरश्रीने बनलेला होता
स्वातंत्र्यासाठी शर्थ करू रजपूत बाणा होता

सुलतानही तो बाहेर क्रूर इर्षेला पेटला होता
शक्य तो प्रयत्न करून रयतेला छळत होता
शेवटी किल्ल्यातील अन्नसाठा तो संपला
सुलतान कपटी गालातल्या गालात हसला
युद्धासाठी मग किल्ल्याचा दरवाजा उघडला
रजपूत वीर हाती तलवार घेता रणी शोभला
मृत्यूचा दरवाजा दुसरीकडेही उघडला होता
जौहरकुंडचा दालन त्यागाचा साक्षीदार होता
किती रूपवान गुणवान वीर रजपूती स्त्रिया
मृत्यूसमोर असूनही किती त्या सुंदर सजल्या
माता ज्वालाची केली मनोभावे त्यांनी पूजा
सम्मान राखण्यासाठी मार्ग नसे आता दुजा
यवनाच्या हाती लागण्यापेक्षा मृत्यू स्वीकारू
रणी लढणाऱ्या पतीसाठी स्वर्गी हजेरी लावू
चंदनाच्या लाकडात मग दिवा हळूच टाकला

जय भवानी नारा परीसरात मोठ्याने घुमला

बघता बघता ज्वाला विक्राळपणे मग पेटली

पटापट क्षत्रिया स्त्रियांनी उडी त्यात टाकली

त्या तरुण बाल गरोदर वृद्ध निष्पाप स्त्रिया

आगीत जळून क्षणभरात खाक त्या झाल्या

यमदेवही हे उच्च बलिदान पाहून थरथरला

का नियतीने माणुसकीवर असा वार करावा

पवित्र राख त्या जौहरची हवेत सर्वत्र पसरे

भस्म समजुनी त्यास सैनिक कपाळी लावे

रणांगणात राजपुतांनी प्रचंड शौर्य गाजवले

शीर कापले यवनांनी तरी धड लढत राहिले

गड जिंकला तरी स्वाभिमान कस हिसकावणार ?

इतिहासात आमचेही वेगळे पान राखले जाणार

हे प्राणांचे बलिदान पिढ्यानपिढ्या प्रेरणा देणार

मातीचे सच्चे सपुत आहोत जगी गौरवीत होणार

आता मागे हटणे नाही

ठरवले मनात काही , आता मागे हटणे नाही
स्वतंत्रयज्ञात आहुती देऊ, गुलामी होणे नाही
एल्गार करू युद्धाचा , हाकलू त्या परकीयांना
आपल्या मातीचे राज्य का फिरंगी व्यापारांना
चला जाऊ दिल्लीला , बादशहाला गादीवर बसवू
द्वाही त्याच्या नावे फिरवू सारा हिंदुस्तान एक करू
कानपूरात नाना-तात्या झाशीत राणी लक्ष्मीबाई
पेटून उठले जगदीशपूर लखनऊ बिहार अवधी
घरे जाळून रस्त्यावर येऊ , दिसेल शत्रू कापून काढू
भरतभूमीचे आम्ही लेकरे , हिंदू मुस्लिम सोबत लढू
व्यापारी म्हणत ते दरबारी सातासमुद्राहून आलेले
बादशहा-पेशवे-नवाब-राजा सर्वांचे राज्य गिळलेले
आमच्या भूमीत आम्हालाच गुलाम त्यांनी केले
कधी धन परदेशी पळवले कुणासही न कळले

आमच्या पूर्वजांचे पुण्य अजूनही नाही संपले
मायभूमीला मुक्त करायला उठले तिची लेकरे
ठरवले मनात काही , आता मागे हटणे नाही
भडका उडेल क्रांतीचा राहणार नाही कंपनी
देव देश धर्म वाचवण्यासाठी मरू किंवा मारू
उद्याच्या भारतासाठी आज मातीचे ऋण फेडू..

राणी सईबाई

बाळकरांची लेक जाहली

भोसल्यांच्या उन्नतीचे वाण

चिमुकली पाऊले सात वर्षाची

तिला महाराणीचा सन्मान

बालपणीच्या खेळाची सवंगडी

शोभे जणू शिव - सतीची जोडी

स्वराज्याचे सौभाग्य तिच्या भाळी

जनमाणसात पेरे स्नेहाची गोडी

कशी शोभली पुण्याई ती स्वराज्याची

जाणून घेऊया कहाणी पहील्या राणीची

विजेच्या चपळाईने फिरवे समशेरी

संसार गोड फुलवी आऊंच्या पंखाखाली

सुप्तगुणांची खाण असे सारे भान

बरोबरीने न्याय देई महाराणी सुजाण

तीन वाघिणी कन्यारूपी

अन छावा तो स्वराज्याचा

धन्य जाहली माऊली

दिला दिवस तिने सोन्याचा

कशी शोभली पुण्याई ती स्वराज्याची

जाणून घेऊया कहाणी शंभूमातेची

तत्परता दिसे असे सेवाभाव

शांत सुजाण सईबाई हे नाव

फलटणी भाऊ मात्र वैर धरे

सईबाई नात्यांची गल्लत न करे

पुरंदरी शंभुराजेला जन्म दिला

आजारपणाने मग देह तो धरिला

वारस देऊन स्वराज्याला कृतार्थ केला

तान्हया शंभूला धाराऊकडे सोपविला

कशी शोभली पुण्याई ती स्वराज्याची

जाणून घेऊया कहाणी जिजाऊच्या सुनेची
कशी जगू शंभर वर्षे स्वर्गात एकटी
सईबाई खोकलत विचारी शिवराया
खाना मारावे , हिंदूचे अस्तित्व दाखवावे
आमची फिकीर कसली,दोघे कैसे वेगळे ?
सई तुला सोडून कस जाऊ ग लढायला ?
शिवराय रडत विचारत आपल्या पत्नीला
इतर लाखो सईची सौभाग्ये वाचावी म्हणून जा
सई अजून भेटतील पण रयतेला एकच राजा
कशी शोभली पुण्याई ती स्वराज्याची
जाणून घेऊया कहाणी शिवपत्नीची
आम्ही राजगडावर कायम राहू
शंभूच्या डोळ्याने तुम्हाला पाहू
स्वराज्याचे व्रत कधी न त्यागावे
श्रींचे राज्य थोर घडवून दाखवावे

समाधी आहे राजगडी अल्पायुषी राणीची

सौभद्रला जन्म देणाऱ्या वीरांगना सुभद्रेची

ग्वाही कधी न लिहिल्या गेलेल्या इतिहासाची

अपूर्ण राहूनही पूर्ण झालेल्या प्रेमकहाणीची

कशी शोभली पुण्याई ती स्वराज्याची

जाणून घेऊया कहाणी स्वराज्य समईची

कहाणी एक विरमातेची,लाडक्या त्या सूनबाईची

महाराणी एकच ती जाहली कहाणी सईबाईंची..

महाराणी पुतळाबाई

पालकरांची लेक झाली शिवरायांची अर्धांगिनी
जिजाऊस्नुषा ती शोभली भक्तिभाव मोठा मनी

केला जीवनभर गरुडाशी तो संसार
निष्ठा जपे कायम देई पतीस आधार

सीता ती रामाची रुक्मिणी ती कृष्णाची
जाणीव असे उरी पतीच्या थोर कार्याची

युवराज शंभूराजेस सावली दिली मायेची
उणीव न भासू देई बने यशोदा कान्हाची

जरी हलला नाही पाळणा स्वतःचा दुर्दैवाने
तरी शंभूराजेस पुत्र मानिला विशाल मनाने

सामावले गेले विश्व महाराजांच्या नेत्रांमध्ये
साकडे राजासाठी घाले किती देवघरामध्ये

महाराजांच्या पाठीमागे उभी पत्नीची पुण्याई
घडले ते स्वराज्य महाराणी बनल्या पुतळाबाई

पुन्हा अचानकच ती फिरली नियतीची क्रूर चक्रे
रयतेस अनाथ करुनि महाराज प्रयाण करे स्वर्गे

सुरू झाला रायगडावर जीवघेणा गृहकलह
साध्वी स्त्रीस देता येईना राजकारणास शह

थोर भाग्य स्वराज्याचे शंभूराजे रायगडी परतले
सत्यता सर्व सांगूनि कटकारस्थान उघड पाडले

डोळे भरूनि पाहिला रौद्र शंभू तो मसनदीवरती
निर्णय सांगितला सर्वांना मज जायचे आहे सती

मागीवली सतीची वस्त्रे , भरले मळवट कपाळी
घातले सौभाग्यलंकार , नियती हीच असे भाळी

मातेस ऐसे जाताना पाहुनी पुत्र शंभू शोकाकुल
अवघे भोसलेकुटुंब झाले दुःखाने फार व्याकुळ

कर्तव्य बजावुनी सारे राखले जिजाऊंचे संस्कार
राजकारणाच्या चिखलात सुवर्णकमळ निराकार

अग्नी देहास देऊनी विरून गेली साध्वी वाऱ्यात
रायगडास पावन करुनि मिळाल्या त्या पंचतत्वात !

रौद्रशंभू

रणांगणावर रुद्र प्रकटला
सर्वत्र हाहाकार माजविला
हाती दोन ते तलवारी घेता
गनिमांची मुंडके ती छाटता

उफाळूनि आला किती रणावेश
कंपित शत्रू स्फुरण पावला देश
रक्ताने न्हाऊन निघाले कृष्णकेश
कीर्तीसम देही जखमांचे अवशेष

नजरेत त्याच्या भडकला अंगार
झाला देवमल्हारीचा साक्षात्कार
धन्य जाहलो पाहुनी हे रौद्रावतार
राणीसईबाईपोटी सुर्याचा अवतार

सह्यकड्याची पवित्र कूस उजळली
गौरवकवने किती आम्ही रेखाटावी ?
धन्य ते कुळ जिथे रौद्रशंभू निपजला
धन्य ते राष्ट्र ऐसा राजा जिथे लाभिला !

ऐसी जंग लढावी

तालिकोटी विजयनगर ते बुडाले

उडीसाचे मंदिरे गनिमांनी फोडले

विदेशी आक्रमक रयतेला नासवे

अश्याकाली जयवंतापोटी प्रताप जन्मे

मातीवर तो प्रेम करायचा

चित्तोडला आई मानायचा

चेतकवर तो स्वार व्हायचा

प्राण्यांचीही निष्ठा जपायचा

अकबराची चित्तोडवर पडे कुदृष्टी

आम्ही भूमिपुत्र का करावी गुलामी ?

हरममध्ये नाही जाणार आमच्या लेकी

बोले भर दरबारात वीर प्रताप तो मानी

मुघलांचे काळे मेघ चित्तोडवर दाटे

स्वातंत्र्याच्या फुलाला यवनी काटे

राज परिवाराला सुरक्षित हलवुनी
वीर राजपूत पडे धारातीर्थी रणी
सुंदर खानदानी स्त्रिया त्या जोहर करे
आग सहन करे पण स्वतःचा मान राखे
हसऱ्या स्त्रिया राख बनून हवेत उडाल्या
बलिदान त्यांचे पाहून काळही थरथरला
ते येतात आणि येतच राहतात
रयतेच्या शेतावर घोडे दौडतात
स्त्रियांना ते अंगाखाली घालतात
धर्माच्या नावाखाली शीर कापतात
पण आता शरण जायचे नाही
मोडायचे पण वाकायचे नाही
राजपूत काय ते अकबरला दाखवायचे
तलवारीचे पाणी मुघलांना पाजवायचे
हळदीघाटी घनघोर युद्ध जाहिले

प्रतापची सेनासेनानी गेले कापले
निष्ठावंत भिल्ल युद्धात आले कामी
मालकास वाचवून चेतक देतो आहुती
राजपूत मानसिंग युद्ध जिंकतो
गोंदियाला मात्र खेळ तो फसतो
मुघली सैन्य प्रताप अडकवतो
विना अन्नपाणी शत्रू तडफडतो
रामप्रसाद हत्ती अकबराला सापडतो
पीरप्रसाद नाव अकबर त्याला देतो
अन्न पाणी त्यागून हत्ती तो जीव देतो
प्रताप सोडून इतरांची गुलामी नाकारतो
महाराणा मात्र हार मानत नाही
स्वाभिमानाचा वसा सोडत नाही
वारंवार मुघलांना तोंड देत राहतो
मेवाडला परकीयांपासून वाचवतो

रयतेत महाराणाबद्दल प्रचंड प्रेम अन आदर

पूर्ण मेवाडमध्ये एकपण फितूर होई न सादर

भाऊ जगमाल मुघलांना होऊन जाई फितूर

मायभूमी त्यागून गुलामीसाठी होई तो आतुर

आयुष्यभर महाराणा प्रताप लढत राहिला

राणा सांगा , राणा कुंभाचा वारस शोभिला

अकबराने सारा उत्तर भारत जिंकून घेतीला

मेवाड त्याच्या गळ्यात काटा बनुनि राहिला

हाती भाला घेऊनि मुघलांशी लढायचा

जणू रणभूमीवर रुद्र तांडव माजवायचा

आरावलीच्या पर्वतात सिंह राज्य करायचा

मेवाडचा खजिना प्रजाहितासाठीच वापरायचा

महाराणा वारल्यावर अकबर हळहळला

ऐसा महान शत्रू मज नशिबानेच भेटला

दरबारात त्याच्या तानसेन स्तुती गायला

इतिहासात प्रतापाने सुवर्णपान राखला

धन्य धन्य ती भरतभूमी जिथे प्रताप निपजला

प्रत्येक भारतीयाला त्याने स्वाभिमान शिकवला

कितीही कठीण प्रसंग आले तरी हार न मानावी

पिढ्यानपिढ्या प्रेरणा घेतील ऐसी जंग लढावी..

सांग सह्याद्रीच्या कड्या

साक्ष अजूनही तुझ्या हृदयी इतिहासाची

सांगशील का कहाणी मज माझ्या राजाची

उलगडशील का आज तू कथा स्वराज्याची

सांग सह्याद्रीच्या कड्या शपथ तुला धन्याची

कशी जाहली ती धन्य धन्य जननी स्वराज्याची

मातीमोल आयुष्याला जी देई झळाळी सोन्याची

तोडली कशी तिने बंदी गुलामगिरीच्या साखळीची

सांग सह्याद्रीच्या कड्या शपथ तुला धन्याची

कौल टाकून शिवाईने चाके फिरवली नशिबाची

पुत्र ऐसा पदरी मोल वाढवी जिजाऊंच्या उदराची

करून गनीम हैराण जिंकले कशी मने लोकांची

सांग सह्याद्रीच्या कड्या शपथ तुला धन्याची

रायरेश्वरी प्रतिज्ञा घेई श्रींचे राज्य उभारण्याची

बलात्कार करणाऱ्याला शिक्षा करी चौरंग्याची

घरोघरी उभे टाकले येसाजी तानाजी नेतोजी
सांग सह्याद्रीच्या कड्या शपथ तुला धन्याची
अफजल कैदी बनवून विटंबना करतो शहाजीची
मग शिवराय शर्थ करतात त्या थोर राजकारणाची
जावळी जिंकून खोड मोडतात चंद्रराव मोऱ्यांची
एकाकी वाघनखांनी केली लक्तरे अफजखनाची
कहाणी स्फुरण चढवणारी मातीचे ऋण फेडण्याची
सांग सह्याद्रीच्या कड्या शपथ तुला धन्याची
सिद्धी जौहर वेढा घालतो पन्हाळगडाला
तिकडे शाहिस्ता जिंकू पाहतो चाकणला
नेताजी येसाजी ते लढले वेढा फोडायला
फिरंगी झेंडेही लागे तोफांवर फडकायला
काय योजना होती अश्यावेळी राजाची ?
सांग सह्याद्रीच्या कड्या शपथ तुला धन्याची
शेवटी किल्ल्यातून पालखी निघते

शिवा काशिद गनीमात तो अडके
बाजीप्रभू देशपांडे खिंड तो लढवे
मग कुठे राजे विशाळगढी ते पोहोचे
का बळी घेई हा प्रसंग मोत्यासारख्या माणसाची ?
सांग सह्याद्रीच्या कड्या शपथ तुला धन्याची
लालमहाली डाव टाकुनी छाटली बोटे शासत्याची
बेमालूम केली बदसुरत कशी सुरत त्या औरंग्याची
मुरारबाजी पुरंदर लढवी दिलेरची आमिष फेटाळली
शेवटी गळ्यात प्राण लागून स्वराज्यासाठी प्राण ठेवी
कुठुन कमावली ही निष्ठावान माणसे राजांनी
सांग सह्याद्रीच्या कड्या शपथ तुला धन्याची
मिर्झाला तेवीस किल्ले देऊन शंभूबाळा मनसबदारी
आग्रात बादशहाला मराठी बाणा राजा दाखवी
शेवटी सुटले हातात औरंगजेबाच्या तुरी देऊनी
उत्तरेत स्वातंत्र्याची जणू ठिणगी उग्र पेटवूनि..

कशी रचना होती बहिर्जींच्या गुप्तहेर व्यवस्थेची

सांग सह्याद्रीच्या कड्या शपथ तुला धन्याची

आरमाराचा जन्मदाता नस ओळखी सागरी गाचेजी

वाढवुनी स्वराज्य वाढवितो शान कशी या मातीची

तळहातावर प्राण देती कैसी संगत त्यास मावळ्यांची

सांग सह्याद्रीच्या कड्या शपथ तुला धन्याची

लक्षलक्ष आहुत्यांनी कशी दूर केली छाया दुःखाची

सावलीखाली त्याच्या श्वास घेई आशा नवदिवसाची

कैसा निर्लोभ राहुनी आराधना करी चिरनिद्रेची

सांग सह्याद्रीच्या कड्या शपथ तुला धन्याची..

थोर असे ते भाग्य शिवनेरीगडा तुझे !

युगायुगातुनी निपजे असा पुरुष अवतारी
जयाच्यासाठी उसळे लक्षलक्ष ते तलवारी
सह्याद्रीची महानता हिमालयहुनि वाढवे
थोरथोर असे ते भाग्य शिवनेरी गडा तुझे
शून्यातूनि निर्माण केली नूतन ती सृष्टी
गुलाम जनतेस दिली स्वातंत्र्याची दृष्टी
रामास अवध कृष्णास मथुरा असे जैसे
थोरथोर असे ते भाग्य शिवनेरीगडा तुझे
उसळूनि आल्या लाटा त्या विशाल समुद्रात
युगपुरुष जन्मला कराया अधर्माचा निष्पात
गोदावरीच्या पाण्याला गंगेची थोरवी मिळे
थोर थोर असे ते भाग्य शिवनेरी गडा तुझे
रामास कौशल्या पार्थास जशी कुंती

तैसे शिवरायास जिजाऊ लघुजीपुत्री
थोर असे मातापुत्र महाराष्ट्रमातीतच घडे
थोरथोर असे ते भाग्य शिवनेरीगडा तुझे
देव देवता यक्ष गंधर्व किन्नर राक्षस यावे
तीर्थक्षेत्र शिवनेरी दर्शन करुनि ते जावे
दिलाय महावीर सह्याद्रीच्या वीररसाने
थोरथोर असे ते भाग्य शिवनेरीगडा तुझे !

स्वामी

सोळाव्या वर्षी भेटीले पेशवेपद

पूर्वजांच्या कर्तृत्वाची ती मसनद

पानिपताचा कलंक तो लागलेला

नजीबअब्दालीचा डाव साधलेला

स्वप्न पाहिले त्याने दौलतीच्या उभारणीचे

ऋण त्यावरी धारातीर्थी पडलेल्या पिढीचे

धूर्त हैदर निजामाने पुन्हा काढिले वर डोके

इंग्रजांसही भेटू लागले देश गिळण्याचे मौके

राघोबाकाकांशी झाले खूप मतभेद

गृहकलह पेटून लागे कुटुंबाला छेद

पण अंगात वसले होते शहाणपण

लहान असूनि दाखवे तो मोठेपण

घोर संग्राम तो झाला राक्षसभुवनी

हार पत्करली निजामाच्या फौजांनी

पहिल्या मोहिमेत शौर्य ऐसे गाजवले

पूर्वजांचे राज्य पराक्रमाने ते राखीले

भाऊजनकोजींचे निघाले किती तोतये

राज्यास अपाय अहित राजकारण घडे

केला पुरेपूर त्या सर्व तोतयांचा बंदोबस्त

बसवे जरब लावली दौलतीस ती शिस्त

गादीचे वाद उत्तरेस चिघळले

पेशवे नात्याने निर्णय घेतीले

महादजीचे कर्तृत्व ओळखीले

सुभेदारी शिंद्यांची ते सोपविले

अहिल्याबाईसही दिले राज्याचे अधिकार

तुकोजीस सेनापती नेमुनी दिला पदभार

प्रशासन सुधारले केले प्रजेचे फार हित

उभी केली नवी पिढी शौर्य व निष्ठेसहित

म्हैसूरवर बसवला वचक करुनि तीन युद्धे

नाकारे संग इंग्रजांचा राखे सत्तासमीकरणे

आता खुणावत होती यमुनातीरची दिल्ली

अलाहाबाद गडावर कैद बादशाही किल्ली

पाठविल्या नव्या दमाच्या फौजा उत्तरेत

पुन्हा दहा वर्षांनी दिल्ली आली नजरेत

बसविले शाहआलमला पुन्हा गादीवरी

मराठ्यांचे अस्तित्व पुन्हा गेले उजळुनी

कर्ज फेडले दौलतीचे कर्तव्ये सारी निभाविले

दुर्दैव या मातीचे क्रूर राजक्षयाने तया ग्रासिले

थेऊरला देह ठेविला असह्य वेदना सोसुनी

गेल्या रमाबाई सती चितेस अग्नी ते देऊनी

थोर पुण्य या मातीचे असा पेशवा लाभला

क्रूर नियतीचे फासे तो तारुण्यातच वारला

निष्कलंक चारित्र्याने इतिहास घडवुनी

थोर स्वामी लाभतो असा युगायुगातुनी !

बलिदान

छत्रपती सापडे मुघलांच्या तावडीत

फितुरांचे साधले अधर्मी क्रूर ते हित

आलमगीरसमोरही मान ठेवली ताठ

शत्रू चहूकडे तरी राजे दाखवे न पाठ

नव्हती भीती तसूभरही त्या नेत्रांत

सिंहासम उभे औरंगच्या दरबारात

सांग कोण आहेत इथे उभे फितूर

कुठेय खजिना आम्ही खूप आतूर

एकच फितूर होता नाव त्याचे अकबर

खजिना माझा कुठे का सांगावी खबर

मावळ्यांचे रक्त गाळूनि उभी ती लक्ष्मी

कस सांगू तुला ते रहस्य इतक्या सहजी

ठरवे तो खुनशी औरंग देऊ नरकयातना

भीक मागेल प्राणांची वेदना त्या होताना

मी हसेल पाहुनि याची रयत ती रडताना

स्वराज्य संपेल स्वातंत्र्यअग्नी विझताना

सुरू होई राजेंचा मृत्यूकडे क्रूर प्रवास

कवीकलश मित्र उरला एकटाच खास

ज्या मुखातुनी गर्जे छावा हर हर महादेव

छाटली ती जीभ क्रूर यवनास चढतो चेव

रक्ताळलेले मुख तरी धर्म राजे न त्यागे

कुण्या मातीचा देह मुघलास नवल वाटे

सोलली अमानुषपणे अंगावरची कातडी

फोडे नेत्रे मिटवाया बंडाची नजर वाकडी

चाळीस दिवस केल्या क्रूर यातना सहन

शिवपुत्राचे तेज पाहुनि थक्क होई यवन

स्वराज्याचा अभिमन्यु स्वीकारतो मरण

मृत्यू पत्करे अधर्माला जाईना तो शरण

जिजाऊंचा नातू रक्ताने निघे नाहून

शिवपुत्र शोभिला धर्मही तो राखून
जन्मतील शंभू हरएक रक्तथेंबातून
सुटशील औरंग इथेच कबर खोदून
वाहिलेस सह्याद्रीत रक्ताचे तू पाट
हीच माती दाखवेल पतनाची वाट
फडकेल लालकिल्ल्यावरी भगवा
संपेल गुलामी उडेल उंच हिंदथवा
आलोय आबासाहेब फार झुंजूनि
तुमचीच शिकवण जगा दाखवुनी
उराशी कवटाळा गेलोय मी थकुनी
शिवपुत्राचे ते भाग्य सार्थक करूनि
वाह रे आमचा छावा काय लढलास
औरंगसंगे शेवटचे रणही जिंकलास
इतिहासात मिळवशील जागा खास
प्रेरणा देईल हे बलिदान युगायुगास !

स्वातंत्र्य नव्हे ती भीक

स्वातंत्र्य मिळवलेले आम्ही नव्हे ती भीक

लाखोंचे कष्ट व त्यागाचे उगवलेले ते पीक

बसली होती एक राणी अश्वावर

हाती तलवार पुत्र बांधते पाठीवर

मारली होती एकाने समुद्रात उडी

उडाली होती शत्रूंचीही घाबरगुंडी

जाळले होते लोकांनी परदेशी वस्त्रे

रस्त्यावर उतरे घेता अहिंसेची अस्त्रे

तोडाया पाश कायद्यांचे चाले अनवाणी

पेटली भरतभूमी सुरू होई नवी कहाणी

सामोरे गेले निष्पाप बेधुंद गोळीबाराला

क्रूर आठवण ठरली बाग जालियनवाला

कोवळ्या वयात तरुण गेले ते फासावर

क्रांतीचा नारा देत हास्य आणे मुखावर

सातासमुद्रापार नेताजी उभारे सेना
लक्ष्य दिल्ली ठेवी मागे काही हटेना
लक्ष स्त्रियांनी तेव्हा मोडिले दागिने
राष्ट्र ते होरपळून निघे जेव्हा आगीने
रातोरात देश कधीच मुक्त होत नसतो
पिढ्या खर्ची पडतात मग सूर्य गवसतो
भोगली कित्येकांनी काळ्या पाण्याची शिक्षा
स्वातंत्र्य तपस्या भारतीयांची नाही ती भिक्षा !

पाळणा बाळराजे माधवचा

झुळवा पाळणा पाळणा बाळराजे माधवचा

पेशव्यांचे कुळ उजळवतो पुत्र तो गोपिकेचा

पाहुनी सर्वा हसे खुदकन गालातल्या गाली

मूठ कशी आवळतो जसे ध्येय तयाच्या मनी

शनिवारवाड्यात खेळेल कृष्ण हा पेशव्यांचा

दिल्ली दरवाजातून मोहीम उघडेल पुत्र नानांचा

बाजीराव आजोबा याचे शौर्य ते उतरावे अंगी

तलवार तळपावी चहूकडे स्वागत व्हावे जंगी

मारूती जैसा रामास बनावा तैसा छत्रपतीस

मसलती पुण्यनगरीत धडकी भरावी दिल्लीस

राजस रूप गोजिरे जणू अभिमन्यू सुभद्रेचा

बोबडेबोल बोलतो ऐसे मधुर किती ही वाचा

कृष्ण जैसे बलरामा तैसा भाऊ विश्वासरावा

यवनांचेही पतन करेल गाजवेल गनिमीकावा

पेशवेकुळी आज नवीन कमळ बघा खुलले
सर्वांच्या मुखावर कैसे हास्य बघा ते फुलले
चंद्रासमान शीतलता सूर्यासमान तेज शोभे
स्वामी रयतेचा बनावा नाव इतिहासा कोरावे
झुळंवा पाळणा पाळणा बाळराजे माधवचा
पेशव्यांचे कुळ उजळवतो पुत्र तो गोपिकेचा

उठा माधवराव

उठा माधवराव ही वेळ नाही रडण्याची
लढा माधवराव ही वेळ नव्या उभारीची
रक्त सांडले लक्ष मावळ्यांनी पानिपती
गेले तुमचे भाऊकाका सुर्यमंडळ भेदूनी
देह ठेविला वीर विश्वासरावांनी क्रूर रणी
उठा माधवराव व्यर्थ न जावो ही वीरश्री
स्मरण करा अभिमन्यूसम त्या जनकोजीचे
किंकाळ्या खंदकी उडी मारलेल्या स्त्रियांचे
समशेर पवार शिंदे किती किती नावे घ्यावी
राष्ट्ररक्षणार्थ एक मराठी पिढी गारद जाहली
भोवताली शत्रू पुन्हा काढताय वर डोके
निजाम हैदर फिरंगीपण शोधताय मौके
वाटते तया संपे आता मराठ्यांची ताकद
तुम्ही दाखवून द्या शाबूत अजून मसनद

माणसे निष्ठेची जमा करा पुन्हा जोमाने

धैर्य ते जागवा फडकवा भगवा डौलाने

श्रींच्या राज्याचा दिवा नका देऊ विझवू

बलिदान न हो व्यर्थ चला आता पुन्हा लढू

चला पुन्हा निजामाला जेरीस आणू

चला पुन्हा बादशहाला तख्ती बसवू

चला त्या सर्प नजीबाचे मुंडके छाटू

चला लालकिल्ल्यावर भगवा फडकू

वय आहे तुमचे सोळा म्हणून काय जाहिले

याच वयात महाराजांनी तोरणागड जिंकले

तुमच्याही मनगटी असू दे तीच इच्छाशक्ती

तुम्हीही बाळगा स्वराज्याप्रति तीच आसक्ती

वादळ मराठ्यांचे पुन्हा करू निर्माण

आठवा आपुला इतिहास देदीप्यमान

चढवा पेशवाईवस्त्रे व्हावे विराजमान

घडवा सुराज्य तुम्हा पानिपतची आन

उठा माधवराव ही वेळ नाही रडण्याची

लढा माधवराव ही वेळ नव्या उभारीची..

अस्तित्वाची लढाई

लढतोय शेवटची अस्तित्वाची लढाई

विजय मिळवूनच मारू आता बढाई

नसानसात वाहे वारे ते स्वातंत्र्याचे

नुसता ध्वज नसे प्रतीक हे मानाचे

जिद्द नेत्री हाती तळपणाऱ्या तलवारी

रण हेच पंढरपूर युद्धच आमची वारी

संकटांशी आम्ही करणार दोन हात

उरी धाडसीपणा करू भयावर मात

होऊ दे प्रसन्न रणी रणचण्डिकामाता

करू दे मृत्यूतांडव वीरभद्रला आता

इतिहास गाडून बसलाय त्याची नजर

पळपुटा ठरवेल तो मागे हटाल अगर

वेळ आलीय स्वतःला सिद्ध करण्याची

यज्ञ पेटला हीच वेळ समिधा अर्पायची

वाहू दे रणांगणात आज रक्ताचे पाट

येऊ दे अंगात प्रखर वीरश्रीची लाट

बन आज गाझी गाजव शौर्य मैदानी

ऐसा ऐतिहासिक क्षण लाभे युगातुनी

तळहातावर प्राण ठेवुनी रणी उतरू

पारिपत्य करुनि शत्रूंचे राष्ट्र ते राखू

भय आम्हास कैसे भवानी ती पाठी

लढू वा देह त्यागू रणी बाणा हा उरी

लढतोय शेवटची अस्तित्वाची लढाई

विजय मिळवूनच मारू आता बढाई..

8. उडारिया

क्या चाहता था और क्या मिला
हाथमें रह गया यादोंका कबीला
छूट गये यार छूट गयी यारियाँ
टूट गए पंख रह गयी उडारिया
थक गयी रूह थक गयी कलम
दर्दएदिल पे कौन लगाए मरहम
रूठ गए लब्ज हसती है शायरियां
टूट गए पंख रह गयी उडारिया
इश्क के मामले में थी बदकिस्मती
उनके आँखों में बस नफरत दिखी
मिट गए निशान फैली खामोशीया
टूट गए पंख रह गयी उडारिया
किस्मत ने किया कैसा ये छल
मुश्किल है जीना हरएक पल
खोयी खुशिया बची तन्हाईया
टूट गए पंख रह गयी उडारिया !

9. जिंदगी मेरे घर आना

प्यार के डोरी से सजा आशियाना
हसने को न लगे हमे कोई बहाना
खुशिया ढूंढें हमारा ठिकाना
जिंदगी जिंदगी मेरे घर आना
मुस्कान से भरे हमारे चेहरे
खुदा देता खुशीयो को पेहरे
सबके साथ सुख दुख है बाटना
जिंदगी जिंदगी मेरे घर आना
कभी गिरने ना दे आँसूओ के मोती
साथ अपनोंका डराए कैसी चुनौती
बस हाथों में हाथ थामे रखना
जिंदगी जिंदगी मेरे घर आना
आँगन मे पड़े प्यार की रोशनी
हौसलों की उड़ान दिलसे है भरनी
मुश्किल राहे हसके पार करना
जिंदगी जिंदगी मेरे घर आना
कड़वाहट रिश्तों में नहीं आने देना
हो चाहे झगडे फिर मनाभी लेना
विश्वास की ईटों से घर है सजाना
जिंदगी जिंदगी मेरे घर आना
सिर पर जब हो बड़ों का हाथ
पूरा परिवार जब है हमारे साथ

फिकर फिर कैसी कैसा घबराना
जिंदगी जिंदगी मेरे घर आना
मेहबूब के बाहों में मिले जन्नत
वो साथ फिर क्याही मांगे मन्नत
प्यार बढ़ाने देंगे समय की रिश्वत
लगाएंगे इश्क में हम पूरी शिद्धत
बड़ी धूप है दोस्त..
तेरे आँगन से कुछ छांव चुराके
जीना है जीना जीना जिंदगी
जिंदगी जिंदगी मेरे घर आना
जिंदगी जिंदगी मेरे घर आना

10. प्यार मिल जाए

पिया की मुस्कान हमे सबसे प्यारी है
बिन पिया के जिंदगी सुनीसुनीसी है
दिल ये उन्ही को पुकारे
उनकेही प्यार को तरसे
अब तो आ जाए..अब तो आ जाए
प्यार के रंगोसे जिंदगी रंगीन हो जाए
साजना बिन श्रृंगार अधूरा है
उनका प्रेम अनमोल गेहना है
हाथों में उनका हाथ हो
जीवनभर हमारी साथ हो
यही कामना है..यही कामना है
दिया जीवन का उन्हींसे उज्ज्वल है
रामजी बिन जैसे सीता मैया
रुक्मिणी बिन किशन कन्हैया
दूर हो जब हमसे हमारे पिया
नींद चैन सब छीन ऐसे लिया
क्यों वो सताए..क्यों वो सताए
पास आ जाए विरह सहा न जाए
वो हमारे सपनो के राजकुमार
उन्हीं से आयी जीवन में बहार
मिलन के लिए हम कबसे बेकरार
कब वो खोलेंगे उनके दिल के द्वार

पार्थ

अब रहा न जाए..अब रहा न जाए
मौत से पेहले एकबार वो मिल जाए !

11. I'm fine

whenever I say I'm fine
nobody knows the pain of mine
My heart used to start bleeding
and I couldn't stop myself from crying
Nobody knows the pain behind my smile
blaming myself why I being not agile
Why small things trigger my emotions
Why can't answer my questions
My existence getting questioned
feeling like the bird who got captured
Want no sympathy from friends of mine
right now just understand yes I'm fine..!!

www.ingramcontent.com/pod-product-compliance
Lightning Source LLC
LaVergne TN
LVHW060318051026
849517LV00004B/1141
9798889512998